AF658870

പത്രോസ് രക്ഷതു

pathrose rakshathu • stories • k r ajayan • first edition may 2008 • published by chintha publishers, thiruvananthapuram • typesetting by suja vr • distributed by deshabhimani book house • printed at akshara offset, thiruvananthapuram.

cover & illustration : sanalkumar p

വിതരണം	:	**ദേശാഭിമാനി ബുക്ക് ഹൗസ്**
		H O തിരുവനന്തപുരം–695 001
ബ്രാഞ്ചുകൾ	:	തിരുവനന്തപുരം, കൊല്ലം, ആലപ്പുഴ, കോട്ടയം
		എറണാകുളം, തൃശൂർ, കോഴിക്കോട്, കൽപ്പറ്റ, കണ്ണൂർ

CO - 1134 / 1955

പത്രോസ് രക്ഷതു

കഥകൾ

കെ ആർ അജയൻ

ചിന്ത പബ്ലിഷേഴ്സ്
തിരുവനന്തപുരം-695 001
വില : 30.00 രൂപ

കെ ആർ അജയൻ

തിരുവനന്തപുരം ജില്ലയിൽ കള്ളിക്കാട് പി എ രാമചന്ദ്രൻ നായരുടെയും ആർ ലളിതമ്മയുടെയും മകൻ. ഇരുപതു വർഷമായി പൂർണസമയ പത്രപ്രവർത്തകൻ. നെയ്യാർഡാം ഹൈസ്കൂൾ, കാട്ടാക്കട ക്രിസ്ത്യൻ കോളേജ്, ധനുവച്ചപുരം വി ടി എം എൻ എസ് എസ് കോളേജ്, തിരുവനന്തപുരം യൂണിവേഴ്സിറ്റി കോളേജ്, മുംബൈ അംബേദ്കർ കോളേജ് ഓഫ് ലോ എന്നിവിടങ്ങളിൽ വിദ്യാഭ്യാസം.
ഇംഗ്ലീഷ് ഭാഷയിലും സാഹിത്യത്തിലും ബിരുദം.
ദേശാഭിമാനി ദിനപത്രത്തിന്റെ തിരുവനന്തപുരം, കൊല്ലം, പത്തനംതിട്ട, എറണാകുളം, തൃശൂർ ജില്ലകളിൽ ലേഖകനായിരുന്നു. ഇപ്പോൾ തിരുവനന്തപുരം *ദേശാഭിമാനി*യിൽ ചീഫ് സബ് എഡിറ്റർ.

ഭാര്യ: വി ആർ സുജ

മകൾ: ആദിത്യ

വിലാസം: 'ലളിതം'
മുദ്ര 22 എ
മുടവൻമുഗൾ, പൂജപ്പുര
തിരുവനന്തപുരം
krajayan@yahoo.com

എഴുത്തുകാരൻെറ സത്യപ്രസ്താവന

ഈ സമാഹാരത്തിലുള്ളവ ലക്ഷണമൊത്ത കഥകളാണെന്ന വിചാരം എനിക്കില്ല. പത്രപ്രവർത്തനം തൊഴിലായി സ്വീകരിച്ച ഒരാളിൻെറ വെറും കുറിപ്പുകൾ എന്ന വിവക്ഷയാകും ഉചിതം. വാക്കുകളിലും വർണ്ണനകളിലുമെല്ലാം ഒരുപാട് പിശുക്കുകാട്ടിയത് മനപ്പൂർവമല്ല, സംഭവിച്ചുപോയതാണ്. അതിന് എൻെറ തൊഴിൽ തന്നെയാണ് ഉത്തരവാദി. എങ്കിലും ചെറുകഥ എന്ന സങ്കൽപ്പത്തോട് പരമാവധി നീതി പുലർത്തിയതായി ഞാൻ വിശ്വസിച്ചോട്ടെ.

എൻെറ മകൾ പിറന്ന ദിവസത്തെ സന്തോഷമുണ്ട് ഈ ആദ്യ പുസ്തകം അച്ചടിച്ചു കാണുമ്പോൾ. അതിന് ആരോടൊക്കെ നന്ദിപറയണം. നിരവധിപേരുണ്ട്.

അക്ഷരം പഠിപ്പിച്ച അമ്മയ്ക്ക്,

ജീവിതാനുഭവങ്ങളിലേക്ക് കൂട്ടിക്കൊണ്ടുപോയ അച്ചഛന്.

കഥകൾ ആത്മകഥാപരമാകുന്നത് പുതുമയല്ല. ഈ സമാഹാരത്തിലെ ഒട്ടുമിക്കവയും അങ്ങനെയല്ലെന്ന് എനിക്ക് പറയാനുമാകില്ല.

കഥകൾ

1

എരുത്തിൽ

അച്ഛരൻ എന്തായിരിക്കും വരാത്തത്. അമ്മയുടെ പുലകുളിയും കഴിഞ്ഞ് പടിയിറങ്ങിയതാണ്. ബലിക്കാക്കകൾക്ക് ഉരുളച്ചോറ് നീട്ടി നനഞ്ഞ കൈകൊട്ടുമ്പോൾ തൊട്ടുപിന്നിൽ അച്ഛരനുണ്ടായിരുന്നു. നിറഞ്ഞ കണ്ണുകൾ തുളുമ്പാൻ തുടങ്ങിയപ്പോൾ ചുമലിൽ കിടന്ന തോർത്തെടുത്ത് ആരുംകാണാതെ മറച്ച്.

എല്ലാരും വൈകുന്നേരത്തോടെ പോയി. ചേച്ചിക്ക് നിന്നുതിരിയാൻ സമയമില്ല. മകളുടെ ട്യൂഷൻ, ഭർത്താവിൻെറ ജോലിത്തിരക്ക്...കാറ് പുറപ്പെടാൻ തുടങ്ങുമ്പോൾ ചേച്ചി വിളിച്ചുചോദിച്ചു, "എടാ നീയെന്നു പോവും.. പോവുംമുമ്പ് വിളിക്കില്ലേ...?"

മറുപടിയൊന്നും പറയാൻ തോന്നിയില്ല.

ഉമ്മറത്തെ ചാരുകസേരയിൽ ചെറിയൊരനക്കം. അച്ഛരൻ വഴിയിലേക്ക് നോക്കിയിരിക്കുകയാണ്. മുറ്റത്ത് പൊടിപാറിച്ച് കാറ് ഗേറ്റു കടന്നുപോയി.

പതിനാറുദിവസം വീട്ടിനുള്ളിൽ തന്നെയിരുന്നതിനാലാവണം പുറംലോകം കാണാനൊരാഗ്രഹം. വൈകുന്നേരങ്ങളിൽ സുഹൃത്തുക്കളുടെ വക ഗുലാൻപെരിശും സൊറയും അവർതന്നെ പുറത്തെ കുളിമുറിക്കുപിന്നിൽ ഒളിപ്പിച്ചുവയ്ക്കുന്ന കുപ്പിയും കൂടിയായപ്പോൾ ഓരോ ദിവസവും കടന്നുപോയത് അറിഞ്ഞില്ല. അമ്മ മരിച്ച ദിവസമുണ്ടായ ഒരു മരവിപ്പ് കെട്ടടങ്ങിയത് സുഹൃത്തുക്കൾ സമ്മാനിച്ച ഈ ലഹരിയിലാണല്ലോ. ഗുലാൻപെരിശിനിടയിലെ ശബ്ദം ഉച്ചത്തിലാകുമ്പോൾ എരുത്തിലിലേക്ക് അച്ഛരൻെറ കണ്ണുകൾ നീളും. എന്നാലും ഒന്നും മിണ്ടില്ല. അമ്മയുള്ള കാലത്തേ അച്ഛരൻ എഴുതിത്തള്ളിയതാണല്ലോ ഈ എരുത്തിലിനെ.

അവസാനമുണ്ടായിരുന്ന കാളക്കുട്ടി അമ്മക്ക് എറ്റവും പ്രിയപ്പെട്ടതായിരുന്നു. തള്ളപ്പശു വയറുദീനംപെട്ട് ചത്തുവീണപ്പോൾ പ്രസവിച്ചതാണ് അവനെ. പലപ്പോഴും അമ്മ പറയുമായിരുന്നു, 'ഇതിനെ വളർത്തും പോലെയാണ് ഞാൻ നിന്നെയും വളർത്തിയത്...'

പക്ഷെ ഏതെങ്കിലും കശാപ്പുകാരൻെറ കൈയിലെത്തുംമുമ്പ് അവൻ പോയി. തുള്ളിച്ചാടി എരുത്തിലിലേക്ക് കയറിയ അവൻ മറിഞ്ഞു വീണു. പിന്നെ എണീറ്റില്ല. കന്നുകാലികൾക്കു ബാധിക്കുന്ന പോളിയോ ആയിരുന്നു. അഞ്ചോ ആറോ ദിവസത്തെ ദൈന്യത. അവൻെറ നിർത്താതെയുള്ള കരച്ചിൽ. അമ്മ മനമുരുകി പ്രാർഥിച്ചു, 'ഭഗവാനേ എൻെറ മുന്നിൽ ഇതിനെയിങ്ങനെ ഇട്ടേയ്ക്കാതെ കൊണ്ടുപോണേ...'അന്നുരാത്രിയോ പിറ്റേന്നോ അവൻ പോയി. അങ്ങാടിയിൽനിന്ന് വാങ്ങിയ പുതിയ ചുട്ടിത്തോർത്ത് പുതപ്പിച്ച് അവൻെറ കുഴി ഉയർന്നപ്പോൾ അമ്മ വാവിട്ടുകരഞ്ഞു. രണ്ടുദിവസം ആരോടും സംസാരിച്ചുപോലുമില്ല. അച്ഛൻ എന്തോ പിറുപിറുത്തു നടന്നു.

പതിയെ ഞാനടുത്തുചെന്നു. അമ്മേ എനിക്കും കുട്ടിക്കാലത്ത്

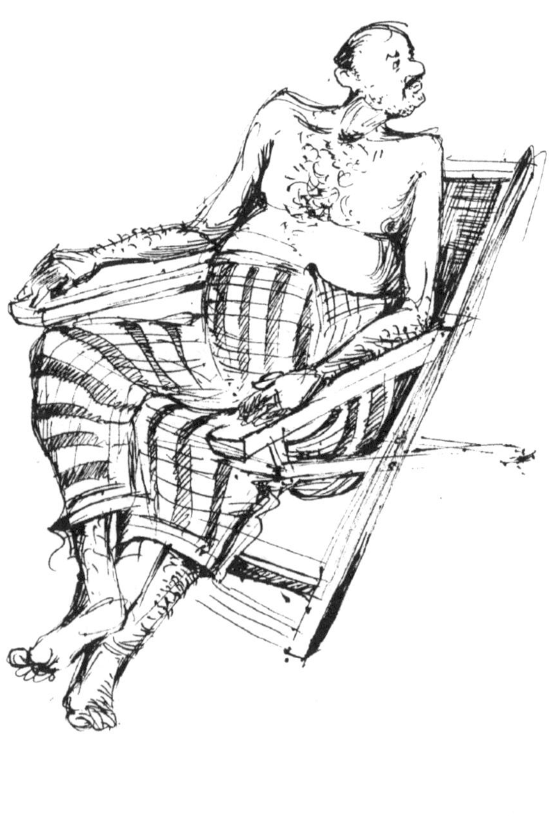

പോളിയോ വന്നിട്ടില്ലേ...?

ചോദ്യം തീരുംമുമ്പേ അമ്മ വാവിട്ട് കരഞ്ഞു. മാറിലേക്ക് എന്നെ വലിച്ചടുപ്പിച്ചു. അമ്മയുടെ കണ്ണുനീർ എൻെറ കൺതടത്തിനുമീതെയാണ് ആദ്യം വീണത്. ഒരുതുള്ളി..പിന്നെ അതൊരു പുഴയായി.

എരുത്തിൽ കുറേനാളായി ഒഴിഞ്ഞുകിടക്കുകയാണ്. ഒരുദിവസം വെറുതേ തോന്നി. ഒന്നു വൃത്തിയാക്കിയാലോ. ഏറ്റവുമടുത്ത സുഹൃത്ത് സുരേഷിനെയും ഒപ്പം കൂട്ടി. രാവിലെ തുടങ്ങിയ വൃത്തിയാക്കൽ ഉച്ചയായപ്പോൾ ഏതാണ്ട് കഴിഞ്ഞു. ഉച്ചയൂണിന് ഉരക്കളത്തിലെ മേശയ്ക്കരികിലിരിക്കുമ്പോൾ മേൽക്കൂരയിലേക്ക് നോക്കി അമ്മ പറയുന്നുണ്ടായിരുന്നു, 'നീയവിടെ ഡെറ്റോളോ മറ്റോ ഒഴിച്ചോ, വല്ലാത്ത മണം.' സുരേഷ് എന്നെനോക്കി കണ്ണിറുക്കി. കുളിമുറിക്കു പിന്നിലെ പഴയ വളക്കുഴിയിലെ ഒഴിഞ്ഞ കുപ്പിയിലേക്ക് കണ്ണുകൾ നീണ്ടു.

എരുത്തിലിൻെറ നാലുവശവും കെട്ടിയടച്ചപ്പോൾ അതിവിശാലം. അച്ചഛൻെറ കുടുംബവീട് പൊളിച്ചപ്പോൾകിട്ടിയ മൂന്ന് കട്ടിളകൾ തട്ടിൻപുറത്ത് കിടന്നത് എടുത്തു. 'അവന് എന്തിൻെറ സൂക്കേടാ..ഇവിടെ കിടക്കാൻ ഇത്രയും മുറിയുള്ളപ്പോൾ..' രാത്രി അച്ഛൻ അമ്മയോട് ചോദിക്കുന്നത് കേട്ടു.

എൽഡിസിയുടെ അഡ്വൈസ് മെമ്മോ വന്നത് ആദ്യം പറഞ്ഞത് അമ്മയാണ്. അച്ഛൻ ദേഷ്യത്തിലാണ്. മെമ്മോ ചോദിച്ചിട്ട് പോസ്റ്റുമാൻ കൊടുക്കാത്തതാണ് പ്രശ്നം. അന്നുരാത്രി പുതിയ ജോലിയെക്കുറിച്ച് സംസാരിച്ച് ഗുലാൻപെരിശിന് ചീട്ടിടുമ്പോൾ എരുത്തിലിലെ ജനാലയ്ക്കരികിൽ നിന്ന് അച്ഛൻ പറഞ്ഞു, 'ഇനിയിപ്പൊ പുതിയൊരു

പശുവിനെ വാങ്ങാം. എരുത്തിൽ ഒഴിയുകയാണല്ലോ.'

പുറത്തെ അടുക്കള വരാന്തയിൽ പല്ലുതേച്ചുനിന്ന അമ്മ ചിരിച്ചു കൊണ്ടു പറഞ്ഞു, 'പശുവോ.. കാളക്കുട്ടിയാ നല്ലത്.'

അച്ഛൻ എവിടെ പോയതാവും. വരാതെ എങ്ങനെ പോവും. വെളുപ്പിന് ഒരുമണിക്കാണ് വണ്ടി. അതിൽ കയറിപ്പോയാൽ നാളെ ഉച്ചയോടെ അവിടെയെത്തും. സൂപ്രണ്ടിനെ വിളിച്ച് പറഞ്ഞിട്ടുണ്ട്. മറ്റെന്നാൾ രാവിലെ ഓഫീസിൽ ചെന്നാൽ മതി.

ആദ്യമായി അച്ഛൻ പെൻഷൻ വാങ്ങിയ ദിവസം എങ്ങനെ മറക്കാനാണ്. 'എടാ ഇനി നിനക്ക് മാസാമാസം തരാൻ എൻെറ കയ്യിലൊന്നുമുണ്ടാവില്ല. അവളുടെ കല്യാണം നടത്തിയതിൻെറ ബാധ്യത തീർക്കാനേ പെൻഷൻ തികയൂ.'

അതിന് എനിക്ക് ശമ്പളമുണ്ടല്ലോ.. പെട്ടെന്ന് മറുപടി പുറത്തേക്കു വന്നെങ്കിലും ഇടയ്ക്ക് എവിടെയോ തങ്ങി. രണ്ടുവർഷമായി സർക്കാരുദ്യോഗസ്ഥനായിട്ട്. ശമ്പളത്തിൽ നയാപൈസ ഇതുവരെ വീട്ടിൽ കൊടുത്തിട്ടില്ല. ആരും ചോദിച്ചിട്ടുമില്ല. കഴിഞ്ഞവർഷം ഓണത്തിന് ഒരു കസവുസാരി വാങ്ങിക്കൊണ്ടുചെല്ലുമ്പോൾ അമ്മ ചോദിച്ചു, 'നീ അച്ഛനൊന്നും വാങ്ങിയില്ലേ..' സത്യത്തിൽ ഞാൻ അച്ഛനെ മറന്നതല്ല, അച്ഛന് ഞാനെന്തുവാങ്ങാനാണ്.

പെൻഷൻ വാങ്ങുംമുമ്പുള്ള അവസാന ശമ്പളവും വാങ്ങി ഞാൻ താമസിക്കുന്ന ലോഡ്ജിൽ അച്ഛൻ വന്നതാണ്. മടങ്ങാൻനേരം തോളിലെ സഞ്ചിയിൽനിന്ന് പ്ലാസ്റ്റിക് കവറിൽ പൊതിഞ്ഞ ഇളം നീലനിറത്തിലുള്ള ഷർട്ട് എടുത്തുനീട്ടി. 'ഈ കളറിൽ നിനക്ക് ഒരുപാട് ഷർട്ടു കാണും. എന്നാലും എനിക്കിത് പിടിച്ചു. ഫുൾസ്ലീവാണ്. ഇൻസെർട്ട് ചെയ്ത് ഓഫീസിൽപോകുമ്പോൾ ഹാൻറ്കഫിലെ മൂന്നുബട്ടണും ഇടണം. ഇല്ലെങ്കിൽ കൈച്ചുവട്ടിലെ ലൂയിഫിലിപ് ആരും കാണില്ല.'

രാത്രി വൈകിയാണ് അച്ഛൻ എത്തിയത്. എരുത്തിലിൽ ഗുലാൻ പെരിശ് പൊടിപൊടിക്കുന്നുണ്ട്. 'കുഴച്ച കപ്പയും മത്തിക്കറിയുമുണ്ട്, വന്നാൽ കഴിക്കാം...' അമ്മ വിളിച്ചുപറഞ്ഞു. പ്ലാസ്റ്റിക് സോഡാക്കുപ്പികൾ തട്ടിമറിയുന്ന ശബ്ദം അമ്മ കേട്ടുകാണും.

വലിയ ഗൗരവത്തിലാണ് അച്ഛൻ. ഓണക്കോടിയില്ലാത്തതാണോ?

എല്ലാവരോടുമായി അച്ഛൻ പറഞ്ഞു, 'ഞങ്ങൾക്ക് ഏതാണ്ട് മതിയായി. എൻെറ കണ്ണടയുംമുമ്പ് ഇവൻ ഏതിനേങ്കിലും വിളിച്ചോണ്ടു വന്നെങ്കിൽ സമാധാനമായേനെ..സ്വന്തം കാര്യം നോക്യാമതി. ഇവളുടെ (അമ്മയെച്ചൂണ്ടി) കാര്യം അവള് നോക്കിക്കോളും. '

സുരേഷാണ് പ്രതികരിച്ചത്, 'ഞങ്ങളും അവനോട് പറയുകയായിരുന്നു,..'

കപ്പയ്ക്കും മീൻകറിക്കും അത്രത്തോളം സ്വാദ് തോന്നിയില്ല. അടുത്തുനിന്ന അമ്മയ്ക്ക് അത് മനസിലായി,'നിനക്കെന്താ അച്ഛനോട് പറഞ്ഞാല്, ഞങ്ങക്കെന്താ ജാതി.. നിനക്ക് പിടിച്ചോ അതുതന്നെ

ഞങ്ങൾക്കും..'

'സുരേഷേ അവൾ പറഞ്ഞത് എൻെറയും അഭിപ്രായമാണ്.' എൻെറ മുഖത്തുനോക്കാതെ അച്ഛൻ പറഞ്ഞു. അന്നുരാത്രി ഗുലാൻപെരിശി നൊപ്പം ലഹരിയായി ഉള്ളിൽ പടർന്നത് അവളാണ്.

തോളിൽ നനുത്ത സ്പർശം. അച്ഛൻ. പക്ഷെ അച്ഛൻെറ കൈക്ക് അമ്മയുടെ തണുപ്പ്. 'നീ പോകുന്നില്ലേ..രാത്രി ഒരുമണിക്കാണ് വണ്ടി. അവിടെ എത്തിയയുടൻ വിളിക്കണം...'

അച്ഛൻ കൈകൾ തിരുകുന്നു, സ്വന്തം ഷർട്ടിൻെറ പോക്കറ്റിലേക്ക്. 'നിൻെറ കല്യാണത്തിന് അവൾ സംഭരിച്ചു വെച്ചതാണ് എ ടി എം ഉള്ളതോണ്ട് അത് എടുക്കാൻ പറ്റി. ഇനി താമസിച്ചാൽ ഈ തുകയെടു ക്കാനും എല്ലാരും ഒപ്പിടണമല്ലോ. ഇന്നാ...'

അച്ഛൻെറ കൈകൾ സാധാരണ വിറയ്ക്കാറില്ല. അന്ന് കല്യാ ണപ്പന്തലിൽ ചേച്ചിയെ കൈപിടിച്ചു കയറ്റുമ്പോൾ വിറച്ചു. അന്നു വൈകി ട്ട് എല്ലാരും പോയിക്കഴിഞ്ഞ് ഞങ്ങൾ മാത്രമായപ്പോൾ അമ്മ കളിയാ ക്കി, 'ഹോ എന്തൊരു വിറയലായിരുന്നു...'

'എടീ നീ അടുത്തുണ്ടായിരുന്നെങ്കിൽ ഞാൻ വിറയ്ക്കില്ലായി രുന്നു...'

അമ്മയുടെ പൊട്ടിച്ചിരി ഇപ്പോഴും ചെവിയിൽ നിൽക്കുന്നു.

'ഞാൻ അടുത്തയാഴ്ച വരാം. ഇങ്ങോട്ടൊരു സ്ഥലംമാറ്റത്തിന് ശ്രമി ക്കുണ്ട്. അല്ലെങ്കിൽ അച്ഛന് എന്നോടൊപ്പം...'

പുറത്ത് ഒരു പശുവിൻെറ കരച്ചിൽ. ഒപ്പം ഒരു കുട്ടിക്കുറുമാലിയു മുണ്ട്.

'ശേഖരാ അതിനെ എരുത്തിലിൻെറ അടുത്ത് കെട്ടിക്കോളൂ. ഇന്നൊ രു ദിവസം പുറത്തുനിൽക്കട്ടെ.' ഇത്രയും പറഞ്ഞ് അച്ഛൻ പശുവിന് നേരേ നടന്നടുക്കുകയാണ്.

വാതിൽകട്ടിളയ്ക്കുമുകളിൽ പൊതിഞ്ഞുവെച്ചിരുന്ന ചീട്ടുകെട്ട് താ ഴേക്ക് വീണു. ഗോമൂത്രം വീണത് അതിനുമീതെയാണ്. ഇസ്പേഡ് എയ് സും ഏഴാം കൂലിയും മൂത്രത്തിൽ കുതിർന്നു.

ബൈക്കുമായെത്തിയ സുരേഷിൻെറ ശബ്ദം, 'എടാ നീ ഇറങ്ങു ന്നില്ലേ.. വണ്ടിവരാൻ സമയമായി...'

2

കുടജാദ്രി

ജീപ്പിൻെറ ഡ്രൈവർ പലവട്ടം പറഞ്ഞു, ഇനി മുകളിലേക്ക് പോയാൽ ഒന്നും കിട്ടില്ല. ചിലപ്പോൾ മോരിൻവെള്ളമോ മറ്റോ കിട്ടിയാലായി. ആവശ്യമുള്ള സാധനങ്ങൾ ഇവിടെനിന്ന് കരുതിക്കോണം. മറ്റൊരു ജീപ്പുകൂടി വന്നിട്ടുണ്ട്. ജീപ്പ് നിർത്തിയപാടെ പിന്നിലിരുന്ന ഒരു ചെറുപ്പക്കാരൻ പുറത്തേക്ക് ചാടി. കണ്ടാലറിയാം. മലയാളിയാണ്. പാൻമസാലയും വാസനപ്പാക്കും മറ്റും മാലയായി കോർത്തിട്ടിരിക്കുന്ന കൊച്ചുപീടികയിലേക്കാണ് പോക്ക്. ഗോൾഡ്ഫ്ളെയ്ക് സിഗററ്റിൻെറ ഒന്നിലേറെ പായ്ക്കറ്റുകൾ അയാൾ തോൾ സഞ്ചിയിലേക്ക് വാങ്ങിയിട്ടു.

പീടികത്തിണ്ണയിൽ ഒരാൾ കൂനിക്കൂടിയിരിക്കുന്നു. മടിയിലെ മുറത്തിൽനിന്ന് തലയുയർത്താതെ ഒരു ബീഡി ചുരുട്ടുകാരൻ. കർണ്ണാടകസംഗീത കച്ചേരി ആസ്വദിക്കുംപോലുണ്ട് അയാളുടെ ചലനങ്ങൾ. ബീഡിയില ചുരുട്ടുന്നതിൻെറ ആരോഹണാവരോഹണങ്ങളിൽ സ്വയമലിഞ്ഞ്, ഇടയ്ക്കൊന്ന് നടുനിവർത്തി അലക്ഷ്യമായി പുറത്തേക്ക് നോക്കി.. ..ബീഡിയുടെ മുക്കും മൂലയുമൊതുക്കുന്ന കത്രികയുടെ ഇളകിപ്പോകുന്ന ആണി ഇടയ്ക്കിടെ ഉറപ്പിച്ച് ചുരുട്ട് തകർക്കുകയാണ്.

ഗോൾഡ്ഫ്ളെയ്ക് സിഗററ്റുമായി ജീപ്പിനടുത്തേക്ക് പോയ യുവാവ് തിരികെ വരുന്നു. ബീഡിചുരുട്ടുന്ന വൃദ്ധനോട് എന്തോ ചോദിക്കുന്നുണ്ട്. മുറത്തിൽനിന്ന് മുഖമുയർത്താതെ ചോദ്യങ്ങൾക്കെല്ലാം അയാൾ മറുപടിയും നൽകുന്നുണ്ട്. ഡ്രൈവർ ജീപ്പ് സ്റ്റാർട്ട്ചെയ്തയുടൻ ഞാൻ മുന്നിലെ സീറ്റിലേക്ക് കയറി. പീടികത്തിണ്ണയിൽ ബീഡിതെറുത്തിരുന്ന വൃദ്ധൻ ഇതാ പുറത്തേക്കിറങ്ങുന്നു. കൂനിക്കൂടിയുള്ള നടപ്പ് കണ്ടാലറിയാം, അയാൾ ഇക്കാലമത്രയും തെറുത്തുകൂട്ടിയത് ജീവിത പ്രാരാബ്ധങ്ങളുടെ ചുരുളുകളാണെന്ന്. പിന്നിലെ ജീപ്പിൽനിന്ന് പുറത്തിറങ്ങി

നിൽക്കുന്ന യുവാവിൻെറ അരികിൽ എത്തിയ അയാൾ ചുറ്റിലും നോക്കി ഒരു കടലാസുപൊതി നീട്ടി. ഇതുകണ്ട ഞങ്ങളുടെ ഡ്രൈവർ ചോദിച്ചു, സാറിനുവേണോ.. കുടജാദ്രിത്തണുപ്പ് പമ്പകടക്കും...

ജീപ്പ് ഞങ്ങളെയുംകൊണ്ട് കുന്നുകയറുകയാണ്. കഴിഞ്ഞ മഴ കുടജാദ്രിയെ നന്നായി അനുഗ്രഹിച്ചിട്ടുണ്ട്. സൗപർണ്ണികയിലെ തെളിനീരുകണ്ടാലറിയാം കുറേനാളായി പുഴ നല്ല ഒഴുക്കിലായിരുന്നു. പായലുണങ്ങിത്തുടങ്ങിയ പാറക്കല്ലുകളിൽ വരാലുകൾ മുട്ടിയുരുമ്മി ഒഴുക്കിനൊപ്പം മറയുന്നു. റോഡിനു മദ്ധ്യേയാണ് ഓടകൾ. വളരെ സൂക്ഷിച്ച് ഓടിച്ചില്ലെങ്കിൽ...

മുൻസീറ്റിലിരുന്ന് സിഗററ്റിനു തീകൊടുക്കുമ്പോൾ തൊട്ടുപിന്നിൽ നിന്ന് ഒരു കൈ മൃദുവായി തോളിൽ സ്പർശിച്ചു. സിഗററ്റ് പിന്നിലാരെയെങ്കിലും അലോസരപ്പെടുത്തുന്നുണ്ടോ? പിന്നിലേക്ക് തിരിയുമ്പോൾ താടിയും മുടിയും നീട്ടി വളർത്തിയ ഒരാൾ. തീപ്പെട്ടിക്കുവേണ്ടിയാണ് കൈനീട്ടുന്നത്. യാത്രാത്തുടക്കത്തിലേ മുൻസീറ്റിൽ കയറിയിരുന്നതു

കാരണം പിന്നിൽ ആരൊക്കെ കയറിയെന്ന് ശ്രദ്ധിച്ചില്ല. കാവിയല്ല, കടുത്ത കുങ്കുമനിറത്തിലുള്ളതാണ് വസ്ത്രം. മുടിയിഴകൾ ഏതാണ്ട് മറയ്ക്കുന്ന നെറ്റിയിൽ ചന്ദനവും കുങ്കുമവും ചേർത്ത് കുറിചാർത്തിയിട്ടുണ്ട്. സിഗററ്റ് വലിക്കുന്ന സന്ന്യാസി അദ്ഭുതമല്ലാത്തതിനാൽ മുന്നിൽ കുണ്ടും കുഴിയും വീണ റോഡിലേക്ക് നോക്കിയിരുന്നു.

ഇളം വെയിലിൽ കാട് തിളങ്ങിനിൽക്കുന്നു. അരിച്ചെത്തുന്ന ശീതക്കാറ്റിനൊപ്പം ചെമ്മണ്ണുപാതയിലെ പൊടിയും ജീപ്പിനുള്ളിലേക്ക് കയറിപ്പോവുന്നുണ്ട്. ഇനിയും കയറാനുള്ള കുന്നുകളെ അനുസ്മരിപ്പിക്കുമ്പോലെ മഴയിലിടിഞ്ഞ മണ്ണ് പാതയിൽ പലേടെത്തും കൂനകളായി കിടപ്പുണ്ട്. ഒലിച്ചുപോയ മണ്ണിനൊപ്പം ചുറ്റിപ്പിണഞ്ഞുകിടന്ന വേരുകളിൽ ജീപ്പിൻെറ ചക്രം പ്രത്യേക ശബ്ദത്തോടെ കയറിയിറങ്ങുകയാണ്. പാതയുടെ വലത്തേ ചരിവിൽനിന്ന് ഒളിഞ്ഞും തെളിഞ്ഞുമെത്തുന്ന നിഴൽ തണുപ്പിനൊപ്പം പകലിരുട്ടായി ഒപ്പമുണ്ട്.

ജീപ്പ് ഇടത്തുംവലത്തുമൊഴിഞ്ഞ് ആടിയുലഞ്ഞ് കയറ്റങ്ങളിലേക്ക് കയറുമ്പോൾ പിന്നിൽ നേർത്ത മന്ത്രോച്ചാരണങ്ങൾ. സിഗററ്റുവലിച്ചെറിഞ്ഞ് സ്വാമി ഭക്തിയിലേക്ക് തിരിയുകയാണ്. ചുണ്ടുമറഞ്ഞുകിടക്കുന്ന നരച്ച മീശരോമങ്ങൾ ഇടതുകൈവിരലുകളാൽ മുകളിലേക്ക് ഉയർത്തി പ്രാർത്ഥന തുടർന്നു.

കുന്നുകയറി സമതലത്തിൽ ജീപ്പ് നിന്നു. കത്തുന്ന വെയിലി

നൊപ്പമെത്തുന്ന കാറ്റ് ചൂടിനെ തോൽപ്പിച്ച് അകലെ താഴ്വരയിലേക്ക് മറയുന്നു. കുന്നുകൾക്കകലെ ആകാശനീലയിൽ ഇടയ്ക്കിടെ ഇരുണ്ട കുന്നുകൾ പ്രത്യക്ഷപ്പെടുകയും മാഞ്ഞ് ഇല്ലാതാവുകയും ചെയ്തു. മുന്നിൽ ഉയരത്തിലേക്ക് ചായ്ഞ്ഞുകിടക്കുന്ന പച്ചക്കുന്ന്. കാറ്റിലാടുന്ന ചെറുപുല്ലുകളിൽ കുറേമുമ്പ് വീണുചുംബിച്ച മഞ്ഞിൻകണങ്ങൾ. ജീപ്പിൻെറ ബോണറ്റിൽ കയറിയിരുന്ന് ഫോട്ടോയെടുക്കാൻ ശ്രമിക്കുമ്പോൾ സ്വാമി പറഞ്ഞു. ആ കുന്നുകണ്ടോ. അതിനുമകലെ പച്ചനിറം ചെമ്പിച്ചില്ലാതാവുന്ന മൊട്ടക്കുന്നുകണ്ടോ. നിങ്ങളും ഞാനും പോലെ.

ഓർമ്മകളുടെ ആകാശത്ത് നിലാവ് പരക്കുന്നു. വീട്ടിലെ ഇറയത്ത് തിരിവിളക്കിനുമുന്നിൽ വിരിച്ചിട്ട പായയിൽ അമ്മ ഏതോ പുസ്തകം വായിക്കുകയാണ്. വായന കണ്ടാലറിയാം, ഏതോ നോവലാണ്. അമ്മയുടെ കവിളിൽ നുണക്കുഴികൾ വിരിയുന്നതും കണ്ണുകൾ കൂടുതൽ ഈറനണിയുന്നതും ഇടയ്ക്ക് ചിരിയുടെ തുടിപ്പ് പടരുന്നതും... അകലെ നിലാവിലലിയുന്ന കുന്നുകൾ നോക്കി അമ്മ പറയും. നമുക്കും ചിറകുണ്ടായെങ്കിൽ അവിടൊക്കെ പോകാമായിരുന്നു. ആ മേഘങ്ങളെപ്പോലെ നമുക്കും ഒഴുകിനടക്കാമായിരുന്നു. ഉമ്മറത്തേക്ക് കയറിയ മുത്തച്ഛൻ പറഞ്ഞു, നീയെന്താ കുട്ടിയെ ഈ കിറുക്കൊക്കെ പറഞ്ഞു പഠിപ്പിക്കയാണോ..അമ്മയുടെ ചിരിനിലാവ് മാഞ്ഞു.

അച്ഛനില്ലാതെ വളർന്നതുകൊണ്ടാവണം എന്തു ചിന്തിച്ചാലും അതിൻെറ ഏറ്റവുമൊടുവിൽ അമ്മയെത്തുന്നത്. പ്രാരാബ്ധങ്ങൾക്കൊപ്പം അമ്മ അലിഞ്ഞില്ലാതാവുന്നതുവരെയും ചോദിക്കാൻ ധൈര്യമുണ്ടായില്ല– അച്ഛനെക്കുറിച്ച്, അമ്മയുടെ കഴുത്തിലെ താലിയില്ലാത്ത ചരടുമാലയെക്കുറിച്ച്. മരിക്കുംവരെ മുത്തച്ഛനായിരുന്നു അച്ഛൻ.

സ്വാമി മൊട്ടക്കുന്നുകളെ ഞങ്ങളോട് ഉപമിച്ചതിന് സാധൂകരണം നൽകുകയാണ്. നിങ്ങളിപ്പോഴും യൗവ്വനത്തിൻെറ പച്ചപ്പിൽ രമിക്കുന്നവർ. ആ പച്ചപ്പിനുമപ്പുറത്തെ ചെമ്പിച്ചില്ലാതാവുന്ന മൊട്ടക്കുന്നുപോലെയാണ് ഞാൻ. അവ്യക്തമായി സ്വാമി ഏതോ ശ്ലോകം ഉരുവിട്ടു.

കുടജാദ്രിയിലെ മൂലസ്ഥാനത്തിനരികെ ജീപ്പ് നിന്നു. ഇനിയുള്ളത് നടത്തയാണ്. ക്ഷേത്രത്തിനരികിൽ ചീട്ടുകളിയിൽ വ്യാപൃതരായിരിക്കുന്ന മറ്റ് ഡ്രൈവർമാർക്കൊപ്പം ഞങ്ങളുടെ ഡ്രൈവറും ചേർന്നു.

ശങ്കരപീഠത്തിലേക്കുള്ള യാത്രയിൽ സ്വാമി വീട്ടുവിശേഷങ്ങളൊക്കെ ചോദിച്ചു. വേരുകളിൽ തട്ടി മറിയാതിരിക്കാൻ ഇടയ്ക്ക് ചുമലിൽ പിടിച്ചുനിന്ന് സ്വാമി കിതച്ചു. വഴിവക്കിലെ ശങ്കരൻെറ മോരിൻവെള്ളം മതിയാവോളം കുടിച്ച് വീണ്ടും കയറ്റമാരംഭിക്കുമ്പോൾ സ്വാമി പറഞ്ഞു, നിങ്ങള് പൊയ്ക്കോ.. ഞാനൊന്നിരുന്നിട്ട് വരാം. കാത്തുനിൽക്കാമെന്നു പറഞ്ഞിട്ടും വേണ്ടെന്നായി സ്വാമി. കുന്നു വീണ്ടും കയറാനൊരുങ്ങുമ്പോൾ സ്വാമി അരികിലെത്തി. തലയിൽ ഇരുകൈകളും വെച്ച് അനുഗ്രഹം ചൊരിഞ്ഞു.

വെയിലിൽ സ്വർണ്ണനിറമാർന്നു നിൽക്കുകയാണ് കുടജാദ്രി.

അങ്ങുതാഴെ കീഴ്ക്കാംതൂക്കായ കുന്നുകൾക്കും താഴെ മേഘങ്ങൾ മരങ്ങളെ തഴുകി ഒഴുകിനടക്കുന്നു. യാത്രയിൽ ഇത്തിരിനേരമെങ്കിലും ഒപ്പമെത്തിയ അമ്മയെപ്പോലെ....

തിരിച്ചിറങ്ങും വരെയും സ്വാമി മുകളിലേക്ക് വന്നില്ല. മടക്കയാത്രയിൽ ശങ്കരൻെറ മോരുകടയ്ക്കു സമീപം വീണ്ടുമെത്തുമ്പോൾ ശങ്കരൻ കാത്തിരുന്ന് കണ്ടെത്തിയതുപോലെ അരികിലേക്ക് വന്നു. എനിക്കു തരാനായി കുങ്കുമം നിറഞ്ഞ ഒരു പൊതി ശങ്കരനെ ഏൽപ്പിച്ച് സ്വാമി കുടജാദ്രി കയറാതെ തിരികെ പോയത്രേ.

കയറിയ കുന്നുമുഴുവൻ ജീപ്പ് തിരിച്ചിറങ്ങുകയാണ്. മഞ്ഞുവീണ വഴിയിൽ ജീപ്പിൻെറ മഞ്ഞവെളിച്ചം. മുറിയിലെത്തി കുളികഴിഞ്ഞ് ഉറങ്ങാൻ കിടന്നതു മാത്രമറിയാം. അത്ര ക്ഷീണമായിരുന്നു.

അന്നു രാത്രി സ്വപ്നത്തിൽ അമ്മ വന്നു.

അമ്മയുടെ നേർത്ത വിരലുകൾ എൻെറ മുടിത്താരുകൾക്കിടയിൽ ഒഴുകി നടക്കുകയാണ്.കാച്ചെണ്ണയുടെ മത്തുപിടിപ്പിക്കുന്ന മണം. ഞാൻ സൂക്ഷിച്ചു നോക്കി. സാധാരണ കാണുന്നതിൽ നിന്നും ഉൽക്കണ്ഠാകുലയാണ് അമ്മ.

എന്താ അമ്മേ വിശേഷിച്ച്...?

അമ്മയൊന്നും മിണ്ടുന്നില്ല.

വീണ്ടും ചോദിച്ചു, എന്താ അമ്മേ പ്രത്യേകിച്ച്..?

അമ്മ കരയുകയാണ്.. കരച്ചിലിനൊടുവിൽ മുഖമമർത്തി അമ്മ ചോദിച്ചു,

നീ ഇന്ന് അച്ഛനെ കണ്ടോ...?

കുങ്കുമച്ചേല ചുറ്റി കുടജാദ്രിതണുപ്പിൽ നിനക്കൊപ്പം കുന്നുകയറിയത്...? ഉറക്കത്തിൽ നിന്ന് ഞെട്ടിയുണർന്ന് ധൃതിയിൽ സ്വാമി ഏൽപ്പിച്ച കുങ്കുമപ്പൊതിയഴിച്ചു. കുങ്കുമത്തിനൊപ്പം എന്തോ താഴേക്കു വീണു. സൂക്ഷിച്ചുനോക്കി. ഇരുട്ടിലും വ്യക്തമായി കണ്ടു, ഒരു കൊച്ചു താലി.

3

വാവലുകൾ ഉറങ്ങുകയാവും

ഗോപൻകുട്ടിയാണ് ഒരിക്കൽ പറഞ്ഞത്, 'നമ്മുടെ നാട്ടിലും ചോര കുടിക്കുന്ന വാവലുകളുണ്ട്. മുള്ളലംമടക്കിലെ ആഞ്ഞിലിമരത്തിൻെറ ചില്ലകൾ ഇളകിയാടും, ഇരുട്ടിൽ ഉറക്കം നിർത്തി കൂട്ടത്തോടെ കടവാവലുകൾ ചോരതേടി യാത്ര തുടങ്ങും. നെയ്യാറ്റിലെ കയങ്ങളിൽ വാവലുകളുടെ നിഴൽ വീഴുന്ന രാത്രികൾ. നിഴലിന് അപ്പോൾ ചുവപ്പ് നിറമായിരിക്കും. ആ ചുവപ്പും നിലാവും ഉറഞ്ഞ നെയ്യാറ്റിലെ വെള്ളത്തിന് ഇളം ചൂടുണ്ടാവും, ചോരയുടെ ചൂട്...'

ലൈബ്രറിയിൽ എല്ലാ വെള്ളിയാഴ്ചയും പുസ്തകമെടുക്കാൻ വരുന്ന ശ്രീദേവിച്ചേച്ചി ഒരു ദിവസം ലൈബ്രറിയൻ വിജയചന്ദ്രനോട് രഹസ്യമായി വാൽസ്യായനൻെറ *കാമസൂത്രം* ചോദിച്ചു. പൊതുവെ നാണംകുണുങ്ങിയായ വിജയചന്ദ്രൻ ആദ്യമൊക്കെ മടിച്ചു. നിർബന്ധം സഹിക്കാതായപ്പോൾ ഒരുദിവസം വിജയചന്ദ്രൻ *കാമസൂത്രം* കയ്യിലെടുത്തു. ആദ്യം ഞാൻ വായിക്കട്ടെ അതിലെന്താ ഉള്ളതെന്നറിയാമല്ലോ. വിജയചന്ദ്രൻ ആത്മഗതം ചെയ്തു. വിജയചന്ദ്രൻെറ വായനക്ക് ദിവസങ്ങൾ എടുത്തു. അതിനിടെയുള്ള ഓരോ വെള്ളിയാഴ്ചയും ശ്രീദേവിച്ചേച്ചി പുസ്തകം ചോദിച്ചുകൊണ്ടേയിരുന്നു. ഗോപൻകുട്ടിയുടെ മനസിനെ ആഴ്ചകളോളം ബുദ്ധിമുട്ടിലാക്കിയ സംഭവമായിരുന്നു ഇത്, ശ്രീദേവിച്ചേച്ചി എന്തിനായിരിക്കും *കാമസൂത്രം* വാങ്ങിയത്.'

ശ്രീദേവിച്ചേച്ചിയുടെ ഭർത്താവിന് അവരോട് താല്പര്യമില്ലത്രേ. പട്ടണത്തിലെ ഫാൻസിസ്റ്റോർ മുതലാളി വല്ലപ്പോഴും വരുന്നതാണ് ചേച്ചിക്ക് സന്തോഷം. പിന്നെ.., ഗോപൻകുട്ടി ഒന്നും മുഴുമിപ്പിക്കാറില്ല. കൂടുതൽ കേൾക്കാൻ കാത്തുനിൽക്കുമ്പോൾ അവൻ പറഞ്ഞു, 'നീയറിഞ്ഞോ.. നമ്മുടെ വാവലുകൾ മുള്ളലംമടക്കിൽ നിന്ന് നാടുവിട്ടു..'

അന്ന് മഴ ഇത്രത്തോളം കനത്തിട്ടില്ല. എന്നിട്ടും നെയ്യാർ നിറഞ്ഞു കവിയുകതന്നെചെയ്തു. ഇഷ്ടികക്കളത്തിലേക്ക് കുറേശെയായി വന്നണഞ്ഞ വെള്ളവുംനോക്കി ഇരിക്കുകയായിരുന്നു ഞങ്ങൾ. കലക്കവെള്ളത്തിൽ വഴിതേടിയെത്തിയ മൽസ്യങ്ങൾ കരയെ ചുംബിച്ചു മടങ്ങി ഒഴുക്കിനൊപ്പം ചേർന്നു.

രാത്രിയിൽ ഇരതേടിയിറങ്ങിയ വാവലുകളുടെ ചിറകടിയൊച്ച വീണ്ടും കേട്ടു. ശ്രീദേവിച്ചേച്ചിക്കുചുറ്റും ചിറകടിച്ച വാവലുകൾ പുലർച്ചെ ആഞ്ഞിൽമരത്തിൽ തലകീഴായി ഉറക്കം തുടങ്ങി. രാവിലെ കലക്കവെള്ളത്തിൽ ശ്രീദേവിച്ചേച്ചിയുടെ കണ്ണീരുകുതിർന്ന അരമുണ്ട് കരയോടൊട്ടി ഇളകിയും ഉയർന്നും താണുകിടന്നു.

പത്രത്തിലെ ചരമക്കോളത്തിൽ ശ്രീദേവിച്ചേച്ചിയുടെ ആത്മഹത്യാവാർത്ത വന്നു. നെറ്റിയിൽ വലിയ പൊട്ടിട്ട് ചിരിക്കുന്ന സുന്ദരിയായ ശ്രീദേവി ച്ചേച്ചിയുടെ ചിത്രം.

കുളിക്കാനെത്തിയ വിജയചന്ദ്രൻ ക്ലോസപ് പേസ്റ്റിൻെറ പത വെള്ളത്തിലേക്ക് നീട്ടിത്തുപ്പി.വിസ്തരിക്കാനാവാത്ത ചിത്രം വരച്ച് പത ഒഴുക്കിൽ അലിഞ്ഞ് കാണാതായി. എടുത്താൽ പൊന്താത്ത കല്ല് എങ്ങനെയാണ് ഉയർന്നത്. പരമാവധി ശക്തിയിൽ വിജയചന്ദ്രൻെറ പിൻകഴുത്തിൽ ആഞ്ഞിടിച്ചു. കലക്കവെള്ളത്തിലേക്ക് കമഴ്ന്നുവീണ അയാളുടെ മേൽ ഗോപൻകുട്ടി ഒരു കരിങ്കല്ലുകൂടി ഉരുട്ടിയിട്ടു. കരയിൽ ഒട്ടിപ്പിടിച്ചുകിടന്ന അരമുണ്ടിലേക്ക് ഒഴുക്കുവെള്ളം ചുവന്നനിറത്തിൽ അടിച്ചുകയറി. ആഞ്ഞിലിമരത്തിലെ കൊമ്പുകൾ ഒരുവട്ടംകൂടി ഇളകിയാടി.

ഗോപൻകുട്ടി പറഞ്ഞു, 'വാ നമുക്ക് പോകാം, ഇങ്ങനെ നിന്നാൽ ആരെങ്കിലും കാണും...'

4

പത്രോസ് രക്ഷതു

പുറത്ത് നല്ല മഴ. കോരിച്ചൊരിയുകയാണ്. മച്ച് പൊളിച്ചെടുത്ത വീടിൻെറ ഓടിൻവിടവിലൂടെ മഴത്തുള്ളികൾ മുറിക്കുള്ളിലേക്ക് വീണു. ഒന്നോ രണ്ടോ തുള്ളികൾ കറങ്ങുന്ന ഫാനിൻെറ ലീഫിൽ വീണ് പൊട്ടിച്ചിതറി. ഹോ. എന്തൊരു തണുപ്പ്. പലപ്പോഴും എൻെറ സ്വപ്നങ്ങൾ പോലെയാണ് മഴയും. എപ്പോൾ പെയ്യുമെന്ന് അറിയില്ല. പെയ്താലോ, കുളിരുംവരെ പെയ്യണം.

ചുമരിൻെറ മേലേനിന്ന് താഴേക്ക് ഉരുണ്ടുവീഴുന്ന ഓരോ തുള്ളിക്കും പത്രോസ് പുലയൻെറ മണമുണ്ട്. പുലയൻെറ വേർപ്പിന് മണമെന്ന് പറഞ്ഞത് വെറുതെയല്ല. മുമ്പ് രവീന്ദ്രനാശാരി പാർട്ടിക്ലാസിൽ പറയുമായിരുന്നു, 'ഒരു പെറ്റിബൂർഷ്വാസെറ്റപ്പിൻെറ ഭാഗമായ നിങ്ങൾക്കൊക്കെ പുലയൻെറ മണം നാറ്റമായി തോന്നാം...പക്ഷേ അതിനപ്പുറം പുലയൻെറ വേർപ്പിൽ അവൻെറ മനസുണ്ട്, ശക്തിയുണ്ട്, അവൻെറ എല്ലാമെല്ലാമുണ്ട്...'

അനന്തുനാടാരാണ് പത്രോസ്പുലയനെക്കുറിച്ച് പറഞ്ഞത്. നാടാരുടെ കണ്ണിൽ വെട്ടിമറിഞ്ഞ അലകളിൽ പത്രോസിൻെറ ചുടുവേർപ്പിൻെറ കണ്ണീർക്കഥകളുണ്ട്.

പത്രോസിൻെറ പണി വീടുകൾക്ക് ചുമരുണ്ടാക്കലാണ്. ചവിട്ടിക്കുഴച്ച മണ്ണ് കൈകളാൽ ഉരുട്ടിക്കൂട്ടി ഒന്നിനുമീതെ ഒന്നായി അട്ടിയിട്ട് ചുമരുനിർമ്മിക്കുന്ന പണി. ഒരുമുഴം മണ്ണിന് നാലണ. അതായിരുന്നു പത്രോസിൻെറ കൂലി. ഒരുമുഴമെന്നാൽ വിരലുകൾ നീട്ടിനിവർത്തിവെച്ച് രാഘവൻ വൈദ്യരുടെ കൈകളളക്കുന്ന ഒരുമുഴം. നാടൻ ഭാഷയിൽ പറഞ്ഞാൽ ഒന്നൊന്നരമുഴം.

അന്നത്തെ കണക്കനുസരിച്ച് നാലണയെന്നാൽ നാടൻ ചായക്കട

യിലെ മൂന്നുനേര ഭക്ഷണവുംകഴിച്ച് വീട്ടിൽകൊടുക്കാനുള്ളതും കഴിഞ്ഞ് ചില്ലറമാത്രം കൈയിൽകാണും. അനന്തുനാടാരുടെ മനസിൽ കഥകളുടെ മൺകൂനകൾ ഇടിക്കുകയാണ്, 'മൂന്നുദോശക്ക് അന്ന് ഒരു ചക്രം. പൊന്നുതമ്പുരാൻെറ തലവെച്ച ചക്രത്തിന് മൂന്നുദോശയെന്നാൽ നിസ്സാരകാര്യമല്ല. ഉച്ചയൂണുകഫേയിൽ പത്രോസിനും ഞങ്ങൾക്കുമൊന്നും ശാപ്പാട് കിട്ടില്ല. ചെല്ലവൻപിള്ളയുടെ (പച്ചമലയാളത്തിൽ ചെല്ലപ്പൻ പിള്ള) കടയിൽ അങ്ങത്തമാർക്ക് കൊടുത്ത് മിച്ചമുണ്ടെങ്കിൽ ഞങ്ങൾക്ക് തരും. അതും മുറത്തിൽ ഇലവിരിച്ച് എല്ലാംകൂടി ഒരിടത്ത് വിളമ്പി പുറത്തുവെച്ചുതരും. ഊണുകഴിഞ്ഞ് എച്ചിലില കളഞ്ഞ്, ചിരട്ടവെള്ളത്തിൽ കൈനനച്ച് നാലുചക്രം മുറത്തിലോട്ടിടണം.'

പക്ഷെ പത്രോസ് പുലയൻ ചെല്ലവൻപിള്ളയുടെ കടയിൽ വിഐപിയാണ്. പത്രോസിന് വേണ്ടതെല്ലാം ഫ്രീയെന്നാണ് പ്രമാണം.ചെല്ലവൻപിള്ളയുടെ കിടപ്പാടം ഇടിഞ്ഞുവീണപ്പോൾ കെട്ടിക്കൊടുത്തത് പത്രോസ്പുലയനാണ്. അന്നുമുതൽ പത്രോസിന് അയിത്തമില്ല.

ഓരോവീടിൻെയും ചുമര് മണ്ണിലുറപ്പിക്കുംമുമ്പ് പത്രോസിന് ചില ക്രിയകളുണ്ട്. വാനംതോണ്ടുംമുമ്പ് ഒരു ക്രിയ, വാനം നിറച്ചാലൊരു ക്രിയ. ഇതൊക്കെ പത്രോസിൻെറ വക ഫ്രീ.

മണ്ണ് പരുവപ്പെടുത്തലാണ് പ്രധാനജോലി. അതിന് പ്രത്യേക കഴിവുതന്നെ വേണം. അനന്തുനാടാർ ചിരിക്കുന്നു, 'പെണ്ണിനെ പതംവരുത്തുംപോലെയാണ് മണ്ണും. ചിലപ്പോൾ ചവിട്ടിക്കുഴച്ച് വരുമ്പോൾ പരുവം കാണില്ല. പരുവത്തിന് മെരുക്കിയെടുത്താലോ കുഴയില്ല.' പള്ളിക്കൂടത്തിൻെറ വരാന്തകണ്ടിട്ടില്ലാത്ത അനന്തുനാടാരുടെ വാക്കുകൾക്ക് സർവ്വകലാശാല ഗവേഷണ പ്രബന്ധത്തിൻെറ കനം.

പുറത്ത് മഴ തോരുന്നു. ഓടുകൾ താഴേക്കിറക്കിയപ്പോൾ തോന്നി, വേണ്ടിയിരുന്നില്ല. പുതിയ വീടുവയ്ക്കാൻ പുതിയ കട്ടിളയും മറ്റും വാങ്ങാമായിരുന്നു. കിട്ടിയ ബാങ്ക്ലോൺ കുറഞ്ഞുവരുന്നു. ഇതിനിടെ മറ്റു പലതിനുമായി കാശെടുത്തുമറിച്ചതിനാൽ വേറെ നിവൃത്തിയുമില്ല. ആരൂഢം പൊളിച്ചെടുക്കുമ്പോൾ നൂറ്റാണ്ടിൻെറ മണമൂറുന്ന ഞരക്കങ്ങൾ

തടികൾക്കും ചുമരുകൾക്കുമിടയിൽ കേട്ടു. മരയാണിയെല്ലാം കരുതലോടെ ഇളക്കിമാറ്റുകയാണ് സോമനാശാരി. മരയാണി മുഴുവനെടുത്തില്ലെങ്കിൽ തടി പൊട്ടിപ്പോവും.

ആരൂഢത്തിൻെറ ചുവരുകൾക്ക് ഒന്നരയടിയോളം കനമുണ്ട്. പത്രോസുപുലയൻെറ കാലുകൾ പതംവരുത്തിയ മണ്ണ് വെയിലിലുണക്കി, ലെവലിന് കൈക്കോടാലിക്ക് ചെത്തിമിനുക്കിയ ചുവര്. കട്ടിക്കുമ്മായവും കരമണ്ണും ഇളക്കിമറിച്ച് പുറത്തുതേയ്ക്കുകമാത്രമേ പിന്നെ പണിയുള്ളൂ. നാട്ടുകാരുടെ ഭാഷയിൽ ആനപിടിച്ചാലും വീഴാത്ത പത്രോസിൻെറ ചുവര്. പ്രയോഗത്തിലെ വ്യാകരണശുദ്ധിയെ ചോദ്യം ചെയ്യേണ്ടതില്ല, കാരണം ചുവരുമാത്രമല്ല, പത്രോസും അങ്ങനെതന്നെ.

ആരൂഢം പൊളിഞ്ഞു. മൺഭിത്തിക്കുള്ളിൽനിന്ന് ചെറിയ മൺകലങ്ങളും നാണയത്തുട്ടുകളും ചെമ്പുചുരുളുകളുമൊക്കെ വീണുകൊണ്ടിരുന്നു. കണ്ടിരുന്ന അനന്തുനാടാർ പറഞ്ഞു, 'ഇതൊക്കെയാണ് പത്രോസിൻെറ പണി. വീട്ടുകാരുപോലുമറിയില്ല. തറരക്ഷ, ഭിത്തിരക്ഷ, ഭവനരക്ഷ...പത്രോസിന് ഇങ്ങനെ രക്ഷകൾ ഒത്തിരിയുണ്ട്.'

മനസ്സ് മുപ്പതാണ്ട് പിന്നിലേക്ക് പായുന്നു. അമ്മയുടെ വിരലും പിടിച്ച് അച്ഛൻെറ അരികുപറ്റി ഉമ്മറത്തേക്ക് ആദ്യം കയറിയ ദിവസം. 'സാറ് കേറിയാട്ടെ..സാറിനും മക്കൾക്കും നൂറുവർഷം താമസിക്കാം..' പീളകെട്ടിയ കണ്ണുകളിൽ തുളുമ്പിനിന്ന കണ്ണീരിൽ ആളെ തിരിച്ചറിഞ്ഞു, പത്രോസ് പുലയൻ. രാഘവൻ വൈദ്യരിൽനിന്ന് വീടുവാങ്ങിയ പുതിയ താമസക്കാരെ കാണാൻ വന്നതായിരുന്നു പത്രോസ്. വീട്ടുകാരൻെറ നാലാംക്ലാസുകാരനായ മകന് നൽകാൻ മടിക്കുത്തിൽ ഒരു നാരങ്ങാ മിഠായി ഒളിപ്പിച്ചുവെച്ചിരുന്നു.

മഴ വീണ്ടും തുടങ്ങുന്നു. അനന്തുനാടാർ തോരാതെ വിളമ്പുകയാണ് പത്രോസ് പുരാണം.

പൊളിച്ചുമാറ്റിയ വീടിനരികിൽ താൽക്കാലികമായുണ്ടാക്കിയ ഷെഡ്ഡിൽ ആകാശംനോക്കിക്കിടക്കുമ്പോൾ മൂടിക്കെട്ടിനിന്ന മാനം വീണ്ടും പെയ്യാൻതുടങ്ങി. പുറത്ത് പത്രോസുപുലയൻെറ രക്ഷകളെല്ലാം മഴയിൽ കുതിരുകയാണ്. ചുവരിടിച്ച് കൂമ്പാരമായിക്കിടന്ന മൺകട്ടകൾക്കിടയിലേക്ക് മഴത്തുള്ളികൾ ഒലിച്ചിറങ്ങുന്നു. പെട്ടെന്ന് പുറത്തേക്കോടി ആ മൺകൂനയിലേക്ക് കൈകളാഴ്ത്തി. വിരലുകളിൽ തട്ടിയത് പഴയ ഒരു ചെമ്പുനാണയം. അതിൽ പറ്റിപ്പിടിച്ച മണ്ണ് മഴത്തുള്ളിവീണലിഞ്ഞ് പടർന്നു. സൂക്ഷിച്ചുനോക്കി. നാണയത്തിൻെറ തലവശത്തിരുന്ന് പൊന്നുതമ്പുരാൻ ചിരിക്കുന്നു. വീണ്ടും സൂക്ഷിച്ചുനോക്കി നാണയത്തിൽ ചിരിക്കുന്നത് പത്രോസ് പുലയൻ. നനഞ്ഞൊട്ടിയ പോക്കറ്റിലേക്ക് നാണയത്തുട്ട് ഭദ്രമായി ഇട്ടു. പുതിയവീടിൻെറ ചുവരിനിടയിലെവിടെങ്കിലും തിരുകാം. 'പത്രോസ് രക്ഷതു.'

5

മുഖം

ന്യൂസ് എഡിറ്റർ സീറ്റിലില്ല. രാവിലെ മുതൽ ചൂടിലാണെന്ന് റിസപ്ഷൻ കടക്കുമ്പോഴേ സുരേഷ് പറഞ്ഞു.എന്തായാലും ഹാജർ പുസ്തകത്തിൽ ഒപ്പിട്ട് ഡ്യൂട്ടിയിൽ കടന്നു. ലോക്കൽ വാർത്തകളുടെ തള്ളിച്ചയാണ്. സിറ്റി എഡിഷൻെറ മാറ്ററുകൾ നോക്കിത്തീരുമ്പോൾ അർധരാത്രി കഴിയും. ചിത്രങ്ങളെല്ലാം പരമാവധി വലുപ്പത്തിലായിക്കോട്ടെ. മൂന്നും നാലും കോളം വീതം പിന്നിൽ മാർക്കുചെയ്ത് ഡിടിപിയിലേക്ക് തള്ളി. പരാതിക്കാരനായ ഏരിയാ ലേഖകൻെറ വാർത്തകളാണ് അധികവും. എഴുതാനറിയില്ലെങ്കിലും പരാതിക്കു മാത്രം കുറവുണ്ടാകില്ല. വെസ്റ്റ് എഡിഷനിൽ ലീഡ് വാർത്ത കൊടുക്കാൻ ഒന്നുമില്ല. കുടിവെള്ള ലോറി നാട്ടുകാർ തടയുന്ന സ്ഥിരം വാർത്തയുണ്ട്. ഞായറാഴ്ചയായതിനാൽ ഈ വാർത്തയുടെ ജാതകം നാലാം പേജിൽ നാലുകോളം നാൽപ്പത് ബോൾഡ് തലേക്കെട്ടാണ്. വാർത്തയ്ക്കും വേണം ലഗ്നവും ഭാഗ്യവും.

ന്യൂസ് എഡിറ്റർ വരുന്നു. വല്യ ഗൗരവത്തിൽ തന്നെ. സീറ്റിലമർന്നിരുന്ന് കൈരണ്ടും കൂട്ടിപ്പിണഞ്ഞ് മുന്നിലോട്ട് നീട്ടിയുള്ള ഇരുപ്പ് കണ്ടാലറിയാം ബി പി കൂടിയിട്ടുണ്ട്. രമേശാ... വിളി കേട്ടയുടൻ തപ്പിത്തടഞ്ഞാണ് എഴുന്നേറ്റത്. സീനിയർ സബ് എഡിറ്റർ എന്നൊന്നും പറഞ്ഞിട്ട് കാര്യമില്ല. ഗൗരവത്തിൽ ആരു വിളിച്ചാലും അടിവയറ്റിലൊരു കത്തലാണ്.

തുറക്കേണ്ട വശം സ്റ്റാപ്ളർ അടിച്ച കവർ ന്യൂസ് എഡിറ്റർ നീട്ടി. കൈപ്പറ്റുമ്പോൾതന്നെ തോന്നി, മെമ്മോയാണ്. വൃത്തിയുള്ള അക്ഷരത്തിൽ പുറത്ത് മേൽവിലാസമുണ്ട്. കെ സി രമേശൻ, സീനിയർ സബ് എഡിറ്റർ.

സീനിയർ എഡിറ്ററും സബ് എഡിറ്റർ സുന്ദരിയുമായുള്ള പ്രണയ ചാപല്യങ്ങളെക്കുറിച്ച് തലേന്ന് നടത്തിയ ഡെമോൺസ്ട്രേഷനാവുമോ കാര്യം. ഇടവേളയിലെ കട്ടൻചായ കുടിക്കിടെ ലൈബ്രറിയിലായിരുന്നു എന്റെ പ്രകടനം. ചിരിക്കാൻ അഞ്ചാറുപേരുണ്ടായിരുന്നു. പല കണ്ണുകളും അപ്പോൾ തന്നെ ലൈബ്രറിയിലേക്ക് നീണ്ടു വന്നതാണ്. ചെവി കടിക്കാൻ വിരുതന്മാരായ സീനിയർ സാറന്മാരുടെ മെബേൽ ഫോണുകൾ കുറേനേരത്തേക്ക് എൻഗേജ്ഡ് ആയതിന്റെ കാര്യം ഇപ്പോഴാണ് പിടികിട്ടിയത്.

മെമ്മോ കൈപ്പറ്റി സീറ്റിലേക്ക് മടങ്ങുമ്പോൾ സഹപ്രവർത്തകർ പലരും സഹതാപാർദ്രമായി നോക്കി. കവർ പൊട്ടിച്ച് വായിച്ചു. ഏഴു ദിവസത്തേക്കാണ് സസ്പെൻഷൻ. തലേന്നിറങ്ങിയ പത്രത്തിന്റെ ചരമ പേജിൽ കണ്ണുകൾ ഉടക്കി. മെമ്മോയിൽ പറയുന്ന പേരും ചരമ ചിത്രത്തിന് താഴെയുള്ള പേരും ഒത്തുനോക്കി. പേരുകൾ രണ്ടും ഒന്ന്. രണ്ടാം പേജിലെ വിവാഹ പരസ്യത്തിലേക്ക് കണ്ണുകൾ അറിയാതെ എത്തി. ഇന്ന് വിവാഹിതരാവുന്നു... ചിരിക്കുന്ന യുവാവും ഗൗരവത്തോടെ നോക്കുന്ന പെൺകുട്ടിയും. മെമ്മോ ആവർത്തിച്ചു വായിച്ചു. ചിത്രം

മാറിപ്പോയി. ചരമ ചിത്രം വിവാഹ പരസ്യത്തിലും വരൻെറ ചിത്രം ചരമക്കോളത്തിലും. മെമ്മോയ്ക്ക് എന്തു മറുപടിയെഴുതും. എന്തു സമാധാനം ബോധിപ്പിക്കും.

ഒരാഴ്ച കഴിഞ്ഞ് ഓഫീസിലെത്തുമ്പോൾ എല്ലാം ഒരു തുടക്കക്കാരൻേറതുപോലെ തോന്നി. മെമ്മോ തന്ന ന്യൂസ് എഡിറ്റർക്കുപോലും ഒരു സോഫ്ട് കോർണർ.

കാലം ഒരുപാടൊഴുകി. തലസ്ഥാന ബ്യൂറോയിലാണ് ഇപ്പോൾ ജോലി. ഒരു ചൊവ്വാഴ്ച രാവിലെ ബ്യൂറോ യോഗം കഴിഞ്ഞ് പുറത്തേക്കിറങ്ങാൻ നിൽക്കുമ്പോൾ റിസപ്ഷനിൽ നിന്ന് സുരേഷ് വിളിക്കുന്നു. ഒരു വിസിറ്ററുണ്ട്. വിസിറ്റേഴ്സ് റൂമിലെ പൊടിപിടിച്ച മൂലയിൽ ഒരു യുവതി. 'രമേശൻ സാറല്ലേ..'

അതേ മനസിലായില്ല.

'സാറിനറിയില്ലെങ്കിലും എനിക്ക് സാറിനെ മറക്കാനാവില്ലല്ലോ.'

ഓർമ്മകൾ മിന്നി മറഞ്ഞു. അതിലൊരിടത്തും ഇങ്ങനൊരു മുഖം തെളിയുന്നതേയില്ല.

'സാർ അന്നത്തെ വിവാഹ പരസ്യത്തിലെ....'

ഇരുന്ന സോഫാസെറ്റ് മുകളിലേക്കും താഴേക്കും ചലിക്കുന്നുണ്ടോ. ഇരുവശത്തും പരമാവധി ബലം കൊടുത്ത് ഇരുന്നു. ഓർമ്മയിൽ പഴയ രണ്ടാം പേജ്. എന്തെങ്കിലും പറയാൻ നാവെടുക്കും മുമ്പ് അവൾ പറഞ്ഞു.

'ആ പരസ്യത്തോടെ എൻെറ വിവാഹം മുടങ്ങി. എല്ലാവർക്കും കാരണങ്ങൾ ഒരുപാട് പറയാനുണ്ടായി...'

ടീപ്പോയിൽ നിവർന്നുകിടക്കുന്ന പത്രത്തിലെ ലീഡ് തലക്കെട്ടിൽ നോക്കിയിരുന്നു.'കോടതിയുമായി സഹകരിക്കില്ലെന്ന് സദ്ദാം'

സാർ..

അവളുടെ വിളിയാണ് മനസ്സ് നേരേയാക്കിയത്. വീണ്ടും മുഖത്തു നോക്കാൻ ധൈര്യമുണ്ടായില്ല.

'സോറി..ഒന്നും മനപൂർവമായിരുന്നില്ല..' അകലേക്ക് നോക്കി അത്രയും പറഞ്ഞൊപ്പിച്ചു.

രാത്രി ഭാര്യയെ കെട്ടിപ്പിടിച്ച് കിടക്കുമ്പോൾ ഒന്നോരണ്ടോ തുള്ളി കണ്ണുനീർ അവളുടെ മുഖത്തേക്ക് വീണു.എന്തുപറ്റി ഇന്ന്...?

നാളെ എൻെറ ചിത്രം മറ്റൊരു പെണ്ണിനൊപ്പം വിവാഹ പരസ്യത്തിൽ അച്ചടിച്ചു വന്നാലോ...

ഇരുണ്ട വെളിച്ചത്തിൽ അവളുടെ കണ്ണുകൾ ആളിക്കത്തുന്നു. അർഥമറിയാത്ത വിധം ആ ജ്വാലകൾ എൻെറ നെഞ്ചോളമെത്തിക്കഴിഞ്ഞു.

6

ആശ്രമ കന്യ

ഒരു സ്വപ്നംപോലെ സുന്ദരമാണ് ആ നോട്ടങ്ങൾ. ആ കണ്ണുകളിൽ കത്തുന്ന സൂര്യനുണ്ട്. നിലാവുമായി ചന്ദ്രനുണ്ട്. റോസാദലം വിടരും പോലാണ് ഓരോ വാക്കുകളുടെയും നിശ്ശബ്ദത. ഇടയ്ക്ക് കടലിരമ്പവു മാകും. അപ്പോൾ കൺകോണുകളിൽ തിരമാലകൾ ആഞ്ഞുവീശും. ആ തിരയിൽപെട്ട പത്തേമാരിപോലെ എന്റെ മനസ്സ് എവിടെയൊക്കെയോ ഒഴുകി നടക്കും.

"ഏകാഗ്രതയാണ് ഏറ്റവും വേണ്ടത്. ഏകാഗ്രത നിശ്ശബ്ദമാണ്. ആ നിശ്ശബ്ദതയാണ് നമ്മുടെ ജനനവും മരണവും വേർതിരിക്കുന്നത്. കാറ്റേൽക്കാത്ത തടാകത്തിലേക്ക് ഒരു തുള്ളിവെള്ളം ഞാൻ തൂവുന്നു. സ്ഫടികോത്തമമായ നിശ്ശബ്ദത പെട്ടെന്ന് താളനിബദ്ധമാവുന്നു. തരംഗ താളം. നമ്മുടെ ശ്വസനംപോലെ. ശ്വാസം നിയന്ത്രിക്കുക, നമുക്ക് ജീവൻ നിയന്ത്രിക്കാം."

ഈ പെൺകുട്ടിക്ക് ഇതൊക്കെ എങ്ങനെ പറയാനാകും. ഏറിയാൽ ഇരുപത്തിയഞ്ച് വയസുവരും ഇവൾക്ക്. ഇവളീ ജീവിതത്തിനിടെ ഇതൊക്കെ എങ്ങനെ സാധിച്ചു.

യോഗാ പഠനത്തിനിടെയുള്ള തിയറിക്ലാസാണ്. നാൽപ്പത് ദിവസം കൊണ്ടവസാനിക്കുന്ന യോഗ പരിശീലനം. മലയാളികളെ ഈ ആശ്രമത്തിലെ യോഗാക്ലാസിൽ ഉൾപ്പെടുത്താറില്ല. സാമ്പത്തികം തന്നെ മുഖ്യപ്രശ്നം. പിന്നെ എവിടെച്ചെന്നാലും കുളംകലക്കാൻ മിടുക്കന്മാരാണല്ലോ നമ്മൾ. പത്രമെന്നൊക്കെ പറഞ്ഞപ്പോഴാണ് ആശ്രമത്തിലേക്ക് പ്രവേശനം നൽകിയത്. മഠാധിപതിയായ കാനഡക്കാരൻ തടിയൻ സ്വാമിയെ നേരത്തേ പരിചയമുള്ളതും ഗുണമായി.

രാവിലെ ഉറക്കമെണീക്കുന്നതുമുതൽ തുടങ്ങുകയാണ് യോഗ.

വെളുപ്പിന് ആറിന് ധ്യാനയോഗ. ഏഴുമണിക്ക് യോഗാഭ്യാസം. പത്തുമണിയോളം നീളും. പിന്നെ ഭക്ഷണം. കർമ്മയോഗ, പ്രഭാഷണം, വീണ്ടും യോഗാഭ്യാസം, ധ്യാനയോഗ.. ഇങ്ങനെ ദിനചരി നീളുന്നു. പതിനഞ്ചുദിവസംകൊണ്ട് യോഗാചാര്യന്മാരാക്കാനുള്ള തന്ത്രമാണ്.

ഇവൾ മലയാളിയല്ല–ആകാരത്തിൽ മലയാളിത്തമുണ്ടെങ്കിലും. ശരീരത്തിൽ ഒട്ടിക്കിടക്കുന്ന ബനിയൻ. കഴുത്തിൽ രുദ്രാക്ഷത്തിൻെറ ഇറുക്കിക്കെട്ട്. നെറ്റിയിൽ ചന്ദനവും ഭസ്മവും കുങ്കുമവുമുണ്ട്. ഓട്ടുകരി പതിയാത്ത പുരികങ്ങളിൽ ആജ്ഞയും സാന്ത്വനവുമുണ്ട്. എങ്കിലും പ്രഭാഷണ മുറിയിലെ കറുത്തു തണുത്ത തറയിൽ അവൾക്ക് അഭിമുഖമായി ഇരിക്കുമ്പോൾ നിയന്ത്രണം വിട്ടുപോകുന്നു.

ഓരോവട്ടവും കാറ്റ് അവളെ തലോടി മറയുമ്പോൾ അവളുടെ മുടിയിഴകൾ ഇളകുന്നു. അനിയന്ത്രിതമായ ആക്രമണ ത്വരയോടെ എൻെറ കണ്ണുകളും കാറ്റിനൊപ്പം അവളുടെ ബനിയനിൽ തൊടുന്നു. അതവൾക്ക് പിടികിട്ടിയിട്ടുണ്ട്. അതുകൊണ്ടാവണം അവൾ പറയുന്നു,'ഒരുനിമിഷം കണ്ണുകൾ പൂട്ടിയിരിക്കുക, ദീർഘശ്വാസമെടുക്കുക, ക്ലോക്കിൻെറ സെക്കൻറ്സൂചി മനസിൽ സങ്കൽപ്പിക്കുക....."

സന്ധ്യക്ക് ധ്യാനയോഗ കഴിഞ്ഞ് ഭക്ഷണശാലയിലേക്ക് കടക്കുമ്പോഴാണ് അവളെ ശ്രദ്ധിച്ചത്. ഇറുകിയൊട്ടിക്കിടക്കുന്ന ബനിയനും പൈജാമയും ധരിച്ച് അവൾ. കൂടുതൽ പരിചയപ്പെടാനെന്നോണം അടുത്തുചെന്നു. എന്നെ പ്രതീക്ഷിച്ചുനിൽക്കുമ്പോലായിരുന്നു പ്രതികരണം. നേപ്പാളിലെ ആശ്രമത്തിലാണ് അവൾ വളർന്നത്. യോഗാക്ലാസുകളുടെ സീസണിൽ വിവിധ ആശ്രമങ്ങളിലേക്ക് അയക്കുന്ന അധ്യാപകരിൽ ഒരാളാണിവൾ. ഇവിടുത്തെ ക്ലാസുകഴിഞ്ഞാൽ യാത്ര ഹിമാലയത്തിലേക്കാണ്. സംസാരത്തിനിടെ എപ്പഴോ സംസ്കൃതം കടന്നുവന്നു. പത്താംക്ലാസുവരെ പഠിച്ച സംസ്കൃതത്തിൻെറ വൈദഗ്ധ്യത്തിൽ വെച്ചുകാച്ചുകയായിരുന്നു ഞാൻ.

അത്താഴത്തിന് ചപ്പാത്തി പ്ലേറ്റിലേക്കെടുക്കുമ്പോൾ അവളുടെ ഇറുകിയ ബനിയൻെറ ഇടത്തേനെഞ്ചിലെ ലകോസ്റ്റിൽ എന്ന എംബ്ലത്തിൽ പരമാവധി കൈമുട്ടുകൊണ്ട് ഒന്നു തൊടാൻ പരിശ്രമിച്ചു.

പിറ്റേന്നത്തെ ക്ലാസ് എനിക്കെന്തോ ആസ്വാദ്യമായി തോന്നിയില്ല. നടുവേദനയെന്ന് കാരണം പറഞ്ഞു. എന്നാൽപിന്നെ മറ്റുള്ളവർ ചെയ്യുന്ന യോഗ നിരീക്ഷിക്കാൻ അവൾ എനിക്ക് അനുവാദം തന്നു. എന്നിട്ടും എൻെറ കണ്ണുകൾ മുഴുവനായും അവളിൽ മാത്രം മുദ്രണം ചെയ്തിരുന്നു.

വൈകിട്ട് ഭക്ഷണശാലയിൽ അവൾ പറഞ്ഞത് ജീവിതത്തെക്കുറിച്ചാണ്. പ്ലേറ്റിലെ ചപ്പാത്തി ബലംപ്രയോഗിച്ച് മുറിക്കുമ്പോൾ അവൾ ചിരിച്ചു, 'ഇതും ജീവിതം പോലെ...' അവളുടെ അർഥവിരാമം തെല്ലൊരസ്വസ്ഥത എന്നിൽ സൃഷ്ടിക്കാതിരുന്നില്ല.

രാത്രിയിൽ ഡോർമിറ്ററിയിലെ ലൈറ്റുകൾ അണഞ്ഞു. അത് അവിടത്തെ ചിട്ടയാണ്. രാത്രി കൃത്യം 9.30ന് സ്വിച്ച് ഓഫ്. കണ്ണുതുറന്നുകിടക്കുകയാണ് ഞാൻ. കൊതുകുവലക്കണ്ണികൾക്കിടയിലൂടെ ഇരുട്ടിൽ ഡോർമിറ്ററിയുടെ വാതിൽ കാണാം. ഒരു സ്ത്രീരൂപം ഉള്ളിലേക്ക് കടക്കുന്നു. മൂടിപ്പുതച്ചാണെങ്കിലും എനിക്ക് മനസിലായി അത് അവളാണ്. എന്താണ് സംഭവിക്കുന്നത്. ഞാൻ കണ്ണ് ഇറുക്കിയടച്ച് കിടന്നു.

കൊതുകുവലയ്ക്കുള്ളിലൂടെ എൻെറ നെഞ്ചിലണഞ്ഞ കൈ കഴുത്തിലൂടെ താടിരോമങ്ങൾക്കിടയിലൂടെ ചുണ്ടുകളിലേക്ക്.. വിരലിന് നേർത്ത തണുപ്പ്. സർപ്പമിഴയുന്ന തണുപ്പ്.........

അത് ചുണ്ടും മൂക്കും കവിളും പിന്നിട്ട് കണ്ണുകളുടെ കീഴ്പ്പടംവരെ. ചൂടുള്ള ചുണ്ടുകൾ എൻെറ കണ്ണുകൾക്കുമീതെ.

ഉറക്കം നടിച്ചുതന്നെ കിടന്നു. ഇടയ്ക്കെപ്പൊഴോ എൻെറ കൈകൾ അവളെ വരിഞ്ഞുമുറുക്കി. കൊതുകുവലയ്ക്കുചുറ്റും ഉന്മാദത്തോടെ കൊതുകുകൾ പറന്നുനടന്നു. നെറ്റിയിൽപൊടിഞ്ഞ വേർപ്പുതുള്ളികൾ അവളുടെ ലകോസ്റ്റിൽ ബനിയൻെറ നിമ്നോന്നതങ്ങളിലൂടെ അരുവിയായി പൊടിഞ്ഞു.

രാവിലെ ധ്യാനയോഗക്കിരിക്കുമ്പോൾ ഇടതുവശത്തേക്ക് നോക്കി.

ധ്യാന നിമീലിതയാണവൾ. കണ്ണുതുറന്നിട്ടും കണ്ട പരിചയംപോലും കാട്ടുന്നില്ല. എത്ര ചിരിച്ചിട്ടും.

വൈകിട്ട് ഭക്ഷണശാലയിൽ കാണുമ്പോൾ ആ കണ്ണുകളിൽ പഴയ തിളക്കം. ഞാൻ മിണ്ടിയില്ല. പക്ഷെ അവളുടെ കണ്ണുകൾ എന്നോട് എന്തൊക്കെയോ പറഞ്ഞു.

ചെമ്പകമണം പരക്കുന്ന രാത്രി. നിയോൺ ബൾബിന്റെ നേർത്ത വെട്ടത്തിൽ പുൽത്തകിടിയിൽ എന്റെ മടിയിൽ തലചായ്ച്ചുകിടക്കുകയാണവൾ. അവളുടെ ലകോസ്റ്റിൽ ബനിയനിൽ വിയർപ്പ് ഭൂപട ചിത്രം പോലെ തെളിഞ്ഞുനിന്നു.

നാളെ ക്യാമ്പ് അവസാനിക്കുകയാണ്. വിയർപ്പിൽക്കൂടി കവിളുകളിലേക്ക് വീണുകിടന്ന മുടിയിഴകൾ പിന്നിലേക്ക് ഒതുക്കി ഞാൻ ചോദിച്ചു, 'നീ വരുന്നോ എന്റെകൂടെ. ഈ ആശ്രമ ജീവിതമെല്ലാം വിട്ട്.'

അവളുടെ കണ്ണുകളിൽ വീണ്ടും തിരമാല. മടിയിൽനിന്ന് ഞെട്ടിപ്പിടഞ്ഞെണീറ്റ് എന്റെ കണ്ണുകളിലേക്ക് സൂക്ഷിച്ചുനോക്കി. എന്റെ കൈകൾ അവളെ വലയം ചെയ്യുമ്പോൾ അവൾ കുതറിയെണീററു.

'നിങ്ങളെന്താ കരുതിയത്. ഇത് ജീവിതമാണ്. ഇവിടെ സ്ത്രീയും പുരുഷനുമെല്ലാം ദൈവത്തിന്റെ സൃഷ്ടികൾ. ഓരോന്നിനും ഓരോ കർമ്മയോഗമുണ്ട്. പുരുഷൻ സ്ത്രീക്കും സ്ത്രീ പുരുഷനുമെന്നപോലെ. ഇന്നലെ യോഗഗുരു സ്വപ്നത്തിൽ വന്നു. എന്റെ കർമ്മം പൂർത്തിയായതായി അറിയിച്ചു. എന്റെ മാസമുറ തെറ്റി. ഇനി എനിക്ക് അജ്ഞാത കാലമാണ്. നാളെ മറ്റേതോ ആശ്രമത്തിലേക്ക് എന്നെ കൊണ്ടുപോവുകയാണ്. അവിടെ ഞാൻ പ്രസവിക്കും. അതോടെ എന്റെ കർമ്മയോഗയുടെ ആദ്യ എപ്പിസോഡ് അവസാനിക്കും. പിന്നെ വീണ്ടും യോഗയുമായി മറ്റു പലേടത്തും...'

'നീ പറയുന്നത്...' എന്നിലേക്ക് അവളെ കൂടുതൽ വലിച്ചടുപ്പിച്ചുകൊണ്ട് ഞാൻ ചോദിച്ചു.

'ഇല്ല ഞാൻ ആരോടും പറയില്ല. കുഞ്ഞിന്റെ അച്ഛനാരെന്ന്. ഇല്ലെങ്കിൽതന്നെ പ്രസവിച്ചുകഴിയുന്നതോടെ ഞാൻ അവന് ആരുമല്ലാതാവും. അവൻ എവിടെയോ വളരും എന്നെപ്പോലെ. എന്റെ മുലകൾ താഴേക്ക് ഒടിയാത്ത, മുടിനാരുകൾ നിലാവെട്ടത്തിലലിയുന്ന ഏതോ രാവിൽ അവൻ വരും. രതിയുടെ നിലാവിൽ അവനെന്നിൽ വീണ്ടും നിങ്ങളെനിറച്ച് മറയും. ഇത് ആശ്രമനിയമമാണ്. അവന്റെ അച്ഛൻ നിങ്ങളാണെന്ന് പറഞ്ഞാലും ആരും വിശ്വസിക്കില്ല...'

രാവിലെ മടക്കയാത്രയ്ക്കുള്ള പെട്ടിയുമായി ആശ്രമ ഓഫീസിലെത്തി. അവളെക്കുറിച്ച് തിരക്കി. പുലർച്ചെ മഠാധിപതി അവളെയും കൊണ്ട് മറ്റേതോ ആശ്രമത്തിലേക്ക് പോയത്രേ.

7

നീലക്കുറിഞ്ഞികൾ

ഇത്രത്തോളം യാത്രചെയ്തുവന്നിട്ട് നീലക്കുറിഞ്ഞി കാണാതെ പോകാനോ.അർധരാത്രിയിൽ കാറോട്ടം തുടങ്ങിയതാണ്. വഴിക്ക് തട്ടുകടയിൽ നിർത്തി ചുക്കുകാപ്പിയും കുടിച്ച് നിർത്താതെ ഓടിച്ചുപോന്നതാണ്. ഒപ്പമുള്ള പലരും നന്നായി ഉറങ്ങി. ഡ്രൈവർ ഉറങ്ങാൻ പാടില്ലല്ലോ. അയാൾക്കൊപ്പം കളിയും കാര്യവും കഥയുമൊക്കെ പറഞ്ഞ് മൈലുകൾ താണ്ടിക്കൊണ്ടേയിരുന്നു.കാറോട്ടത്തിൽ ഉറക്കം വരാതിരിക്കാൻ ഏറ്റവും പറ്റിയത് അവിഹിതക്കാരുടെ കഥകളാണ്. കേൾവിക്കാർക്ക് ആകാംക്ഷ കൂടും.

ഒപ്പം ജോലിചെയ്യുന്ന യുവതി ഭർത്താവും മകനും ഉറങ്ങിക്കിടക്കുമ്പോൾ കാമുകനെ കിടപ്പുമുറിയിലേക്ക് ക്ഷണിച്ചതും അത് സ്ഥിരമായതും കാമുകന് മനോവിഭ്രാന്തി പിടിപെട്ടതുമൊക്കെയാണ് സംസാരം. കഥക്കൊടുവിലെ പൊട്ടിച്ചിരി ഉറങ്ങിക്കിടന്നവരുടെ ഉറക്കം കെടുത്തി.

മഴപോലെ മഞ്ഞുപെയ്യുന്നു. അടിവാരവും കടന്ന് കാർ മുന്നോട്ട് പൊയ്ക്കൊണ്ടിരുന്നു. അകലെ മഞ്ഞുമൂടിക്കിടക്കുകയാണ് മൂന്നാർ. പന്ത്രണ്ടുവർഷത്തിലൊരിക്കൽ പൂവിട്ടുചിരിക്കുന്ന കുറിഞ്ഞികളെ ഇതുവരെ കണ്ടിട്ടില്ല. മൂന്നാറിൽ പലവട്ടം വന്നെങ്കിലും കാണാതെപോയത് കുറിഞ്ഞിയെ മാത്രം.

വാഹനങ്ങളുടെ നീണ്ട നിരയാണ്. റോഡ് ബ്ലോക്ക്. കാക്കിക്കുമീതെ കമ്പിളി സ്വെറ്ററിട്ട പൊലീസുകാരൻ ട്രാഫിക് നിയന്ത്രിക്കാനുള്ള പെടാപ്പാടിലാണ്.കോളേജ്കുമാരികളെയും കൊണ്ടുവന്ന എയർബസ് സൈഡൊതുക്കി മുൻചക്രം ഓടയിൽ ചാടിച്ച് നിർത്തിയിട്ടുണ്ട്. ഡ്രൈവറുടെ സീറ്റിലൂടെയാണ് കുട്ടികൾ പുറത്തിറങ്ങുന്നത്. യാത്രക്കാരിൽ

പലർക്കും പെൺകുട്ടികളുടെ പുറത്തിറക്കം തണുപ്പിനെയും ഞെരിക്കുന്ന കാഴ്ചയായി.

മഞ്ഞുവീഴുന്ന വഴിയിൽ വാഹനങ്ങൾക്കിടയിലൂടെ ഇറങ്ങിനടന്നു. തിരക്ക് അവസാനിക്കുമ്പോൾ തിരികെവന്ന് കാറെടുക്കാം. കത്തിച്ചുപിടിച്ച സിഗററ്റിൽ നിന്നൊഴുകിയ പുക മഞ്ഞുകണങ്ങളിൽ അവ്യക്ത ചിത്രങ്ങൾ വരച്ചുകൊണ്ടേയിരുന്നു.

റേഞ്ച് ഓഫീസർ പിടിതരുന്ന ലക്ഷണമില്ല. കുറിഞ്ഞി കാണണമെങ്കിൽ ക്യൂ നിൽക്കണം. നീണ്ടുപോവുന്ന ക്യൂവിൽ മുന്നിലുള്ളവരോട് അവിടെയെത്തിയ സമയം ചോദിച്ചു, നാലു മണിക്കൂർ. സന്ധ്യ കഴിഞ്ഞാൽ ആരെയും കടത്തിവിടുകയുമില്ല. ക്യൂനിന്നും കുറിഞ്ഞി കാണാമെന്ന മോഹം അസ്തമിക്കുകയാണ്. ജോലിയും ഔദ്യാഗിക പദവിയുമൊക്കെ പറഞ്ഞുനോക്കി. അയാൾ മെരുങ്ങുന്നില്ല. തലസ്ഥാനത്ത് മന്ത്രിയാപ്പീസുമുതൽ താഴോട്ട് റേഞ്ചർക്ക് തൊട്ടുമുകളിലുള്ള ഉദ്യോഗസ്ഥരെ വരെ നേരിട്ടറിയാം. ആരെയും വിളിക്കാനാവുന്നില്ല. ഒരു മൊബൈലിനും റേഞ്ചില്ല. കൂടെയുള്ളവരിലൊരാൾ കെഞ്ചിനോക്കി. എന്നിട്ടും റേഞ്ചർ വഴങ്ങുന്നില്ല. ഇനി യാത്ര മറ്റെവിടേക്കെങ്കിലും ആക്കുന്നതാണ് നല്ലത്. കുറിഞ്ഞി കാണാനാകാത്ത വേദനയോടെ കാറിനടുത്തേക്ക് എത്തുമ്പോഴും തിരക്കിന് ശമനം വന്നിട്ടില്ല.

പേരയ്ക്ക കച്ചവടത്തിനെത്തിയ യുവാവ് എന്നെത്തന്നെ നോക്കുന്നു. പരിചയഭാവം കാട്ടി അയാൾ അരികിലെത്തി. എത്രപേരുണ്ട് സാർ.. പേരയ്ക്ക കുട്ടയിൽനിന്ന് എണ്ണിയെടുത്തുകൊണ്ട് അയാൾ ചോദിച്ചു. സാർ നൂറ്റമ്പത് രൂപ തന്നാൽ കുറിഞ്ഞി കാട്ടിത്തരാം..

മൂടിക്കെട്ടിനിന്ന ആകാശം വെയിലേറ്റ് തിളങ്ങുന്നു. നീർച്ചാലുകൾക്കരികിൽ മേഞ്ഞുനടന്ന ആട്ടിൻപറ്റം സമതലം വിട്ട് കുന്നുകയറുന്നു. തണുത്ത കാറ്റ് വെയിലിനും മീതെ തഴുകലായി ഒഴുകിയെത്തി. പേരയ്ക്കാ കച്ചവടക്കാരനൊപ്പം ഞങ്ങൾ നടക്കുകയാണ്. ഞങ്ങൾ ആറുപേർ.

തേയിലക്കുരുന്നുകളിൽ മഞ്ഞുതുള്ളികൾ തുളുമ്പിനിൽക്കുന്നു. ഇളംവെയിൽ ഓരോ ചെടിത്തുമ്പിലും ആയിരം സൂര്യന്മാർ. തേയിലത്തോട്ടത്തിലൂടെയുള്ള യാത്ര അവസാനിച്ചത് കുന്നിലേക്ക് ഒട്ടിനിൽക്കുന്ന ലയങ്ങൾക്കു മുന്നിലാണ്. തേയിലച്ചെടികളെപ്പോലെ മുരടിച്ച ലയങ്ങൾ.

പേരയ്ക്കാ വിൽപ്പനക്കാരൻ ലയത്തിന്റെ വാതിലിൽ മുട്ടി എന്തോ പേരുവിളിച്ചു. എട്ടുവയസ് പ്രായം വരുന്ന ഒരു കുട്ടി പറന്നുവന്നു. അയാൾ കുട്ടിയെ മാറ്റിനിർത്തി എന്തൊക്കെയോ സംസാരിച്ചു. എന്നിട്ട് എന്നോടായി പറഞ്ഞു, സാർ ഇവൻ കാട്ടിത്തരും. തിരികെ വരുമ്പോൾ നൂറുരൂപ കൊടുത്താൽ മതി. ഇത്രയും പറഞ്ഞ് അയാൾ കുന്നിറങ്ങിപ്പോയി.

എട്ടുവയസുകാരൻ ഞങ്ങളെയും കൊണ്ട് കുന്നുകയറാൻ തുടങ്ങുന്നു. യാത്രക്കിടയിലാണ് അവനെ ശരിക്കും ശ്രദ്ധിച്ചത്. പിഞ്ഞിപ്പോയ

ഷർട്ടിൽ ലക്ഷ്യതെറ്റിക്കിടക്കുന്ന ബട്ടണുകൾ. ട്രൗസറെന്നു പറയാമെങ്കിലും വലിച്ചുചുരുട്ടി സേഫ്ടിപിന്നിട്ടാണ് അത് അരയിൽ ഉറപ്പിച്ചിരിക്കുന്നത്. നഗ്നപാദൻ. ഒരു മുഴുപ്പട്ടിണിക്കാരൻെറ എല്ലാ ലക്ഷണവും. എങ്കിലും അവൻെറ തിളങ്ങുന്ന കണ്ണുകൾ, അതിൽ മിന്നിമറയുന്ന ഭാവങ്ങൾ അവനെ ഞങ്ങളുടെ അടുപ്പക്കാരനാക്കി. അൻെറ അച്ഛൻ മരിച്ചിട്ട് ഒരുവർഷമാകുന്നു. അതോടെ രണ്ടാംക്ലാസ് പഠനം നിർത്തി. അമ്മയ്ക്ക് തോട്ടത്തിൽ ചെറിയ പണിയുണ്ട്. മൂന്നാറിലെത്തുന്ന സഞ്ചാരികൾക്ക് പേരക്കയും മറ്റും വിറ്റാണ് അവൻെറ ജീവിതം. നീലക്കുറിഞ്ഞി പൂത്തശേഷം ഇതാണ് പ്രധാന പരിപാടി. ഫോറസ്റ്റ് ഗാർഡുമാർ കാണാതെ ഊടുവഴികളിലൂടെ സഞ്ചാരികളെയും കൊണ്ട് കുറിഞ്ഞിപൂത്ത മലയിലേക്ക്. ഒരു ട്രിപ്പിന് ഇരുപത് രൂപ കിട്ടും. നൂറിൽ ബാക്കി ഏർപ്പാടാക്കുന്നവർക്കുള്ളതാണ്.

തേയിലത്തോട്ടത്തിനപ്പുറം രണ്ട് വളവുകൾ പിന്നിടുമ്പോൾ അവൻ പറഞ്ഞു, 'ശബ്ദമുണ്ടാക്കരുത്.. പിടിച്ചാൽ ഇരുപത്തയ്യായിരം രൂപയാണ് കെട്ടിവെക്കേണ്ടത്.' പുല്ലുകൾ വളർന്നുകിടക്കുന്ന കുന്നിൻ ചരുവിലൂടെ വലിഞ്ഞുകയറുമ്പോൾ കാലിനും കൈക്കുമെല്ലാം ചെറിയ മുറിവുകൾ. ഞങ്ങൾ കുറിഞ്ഞിപ്പൂക്കളെ കാണുകയാണ്. ഈ നീലവസന്തം കാണാനാണല്ലോ ഇത്രദൂരം മലകയറിയത്. ഒന്നു തൊട്ടുനോക്കി. മണം നോക്കി. പിന്നെ അറിയാതെ ചുംബിച്ചു, കെട്ടിപ്പിടിച്ചു. കുറിഞ്ഞിപ്പൂക്കൾക്കിടയിൽ കിടന്നുമിരുന്നും ചിത്രങ്ങളെടുത്തു. കുറച്ച് പൂക്കളുമിറുത്തു. അരമണിക്കൂർ എല്ലാം മറന്ന്..

സാർ മുമ്പേ നടന്നോ. പൂക്കൾ ഞാൻ കൊണ്ടുവരാം. ആരെങ്കിലും കണ്ടാൽ പിടിക്കും. ഞാനാവുമ്പോ തോട്ടത്തിലെവിടെയെങ്കിലും ഒളിച്ചിരിക്കും..ഷർട്ടൂരി പൂക്കളൊന്നും പുറത്തുകാണാതെ പൊതിഞ്ഞ് അവൻ പിന്നിൽ നടക്കുകയാണ്. കുറിഞ്ഞി കണ്ട ആവേശം ഞങ്ങളാരും മറച്ചുവെച്ചില്ല. അതിന് കാരണക്കാരനായ എട്ടുവയസുകാരൻെറ ട്രൗസർ പോക്കറ്റിൽ പത്തും അൻപതുമൊക്കെയായി നോട്ടുകൾ പലരും തിരുകിവെച്ചു. കിട്ടില്ലെന്നുറപ്പിച്ച കാഴ്ച തന്നവനുള്ള ഉപകാര സ്മരണ.

പൂക്കൾ കാറിന്നുള്ളിൽ ഭദ്രമായി വെച്ചശേഷം ഞാൻ അവനെ അരികിൽ വിളിച്ചു. പറഞ്ഞുറപ്പിച്ച നൂറുരൂപയ്ക്കൊപ്പം അൻപതിൻെറ ഒരുനോട്ടുകൂടി നീട്ടി. ഇരുകൈയും നീട്ടി വാങ്ങിയ അവൻ ഒരു നിമിഷം എൻെറ കണ്ണുകളിലേക്ക് സൂക്ഷിച്ചുനോക്കി. കാറിൻെറ സൈഡിലേക്ക് മാറിനിന്ന് അവനെന്നെ കൈകാട്ടി വിളിച്ചു. ഞാൻ കൊടുത്ത നോട്ടുകൾക്കൊപ്പം അവൻെറ പോക്കറ്റിൽ ഞങ്ങൾ തിരുകിയവയും അവൻ പുറത്തേക്കെടുത്തു. 'എനിക്ക് നൂറുരൂപ മതി സാർ..' നൂറിനുള്ള ചില്ലറനോട്ടുകൾ മാത്രമെടുത്ത് ബാക്കി എനിക്കു നേരേ നീട്ടുകയാണ്. തേയിലക്കുരുന്നിലെ മഞ്ഞുതുള്ളി അവൻെറ കൺകോണുകളിൽ തുളുമ്പുന്നു. എന്തുപറയണമെന്നറിയാതെ ഞാനവൻെറ തലയിൽ തൊട്ടു.

അരികിലേക്ക് ചേർത്തുനിർത്തി. ഇതെല്ലാം നിനക്കുള്ളതാണ്. അയാൾക്ക് കൊടുക്കാനുള്ള എൺപതുരൂപ ഞാൻ വേറേ തരാം.

അവനൊന്നും മിണ്ടുന്നില്ല. കണ്ണുകളിലൂടെ നീർച്ചാലൊഴുകുന്നു. 'ഇത് ഇവിടെ പതിവാണ് സാർ. എനിക്ക് ഇരുപത് രൂപ മാത്രം. ബാക്കി എത്രകിട്ടിയാലും ഞാനയാൾക്ക് കൊടുക്കണം. കൊടുത്തില്ലെങ്കിൽ എന്റെ പോക്കറ്റിൽ നിന്നെടുക്കും.'

എനിക്ക് കണ്ണുകളെ നിയന്ത്രിക്കാനാവുന്നില്ല. കുന്നുകയറിപ്പോയ ആട്ടിൻപറ്റങ്ങൾ സമതലത്തിലെ നീർച്ചോലയ്ക്കരികിലേക്ക് വീണ്ടുമെത്തുകയാണ്. അവനെ കൂടുതൽ ചേർത്തുപിടിച്ചു. പാറിപ്പറക്കുന്ന മുടിയിഴകളിൽ വിരലോടിച്ചു. അവനും കരയുകയാണ്.

യാത്രപറയാനൊന്നും മനസുവന്നില്ല. കാർ ചലിച്ചുതുടങ്ങുന്നു. കണ്ണുതുടച്ച്, കൈവീശി അവൻ കുന്നുകയറുകയാണ്. സൂക്ഷിച്ചുനോക്കി. ആ കുന്നുമുഴുവൻ നീലക്കുറിഞ്ഞി പൂത്തുകിടക്കുന്നു. പുല്ലുകൾ വകഞ്ഞുമാറ്റി ഇടയ്ക്കിടെ പിന്നിലേക്ക് നോക്കി ഞങ്ങൾക്കായി കൈവീശി അവൻ മറയുകയാണ്. ഇനിയെന്നു കാണും. പന്ത്രണ്ടുവർഷമെന്നത് നീണ്ട കാലയളവല്ലേ..

8

ഏതെങ്കിലും പ്ലാറ്റ്ഫോമിൽ നിന്നെങ്കിൽ

എൻെറ പത്തുവയസുകാരി മകൾക്കൊപ്പം അവളും ആടിപ്പാടുകയാണ്. അവളും എന്നെ അച്ചരാന്ന് വിളിക്കാൻ പഠിച്ചിരിക്കുന്നു. മലയാളം വഴങ്ങാത്ത അവളുടെ കൊഞ്ചൽ പലവട്ടം എൻെറ മകളിൽ അസൂയ പടർത്താതിരുന്നില്ല. എന്നിട്ടും ഗൗരവമുള്ളയൊന്നിനും അവൾ കുഞ്ഞനുജത്തിയോട് പിണങ്ങിയില്ല. ചിലപ്പോൾ ഒന്നുകിൽ ഒരു കളർ ചോക്കിനുവേണ്ടി, അല്ലെങ്കിൽ ചിത്രകഥാപുസ്തകം ആദ്യം തുറന്നുനോക്കാൻ. അവരുടെ പിണക്കം ഇതിനൊക്കെ മാത്രം. ഞാനും ഭാര്യയും പലവട്ടം പറഞ്ഞുനോക്കി, 'മോളേ ഇത് നിൻെറ അനുജത്തിയാണ്...'

ഉടനെ അവളുടെ മുട്ടാപ്പോക്ക് ചോദ്യം വരും, 'അമ്മ പ്രസവിച്ചതാണോ..'

ടെലിവിഷനിലേക്ക് മുഖമൊളിപ്പിച്ച് മറുപടിക്കായി തെരയുമ്പോൾ എന്തെങ്കിലും പറഞ്ഞ് ഭാര്യ അവളുടെ നാവടക്കിയിരിക്കും. എന്നിട്ട് സമസ്യാ പൂരണക്കാരിയുടെ സംശയത്തോടെ അമർത്തിയൊരു മൂളൽ.

പിന്നെ എന്നോ ഒരിക്കൽ എൻെറ മകൾ അംഗീകരിച്ചു, ഇത് എൻെറ കുഞ്ഞനുജത്തി..

ടെലിവിഷനിൽ തെളിയുന്നത് ഏതോ റെയിൽവേ സ്റ്റേഷനാണ്. ഭയപ്പെടുത്തുന്ന ചൂളംവിളികളോടെ തലങ്ങും വിലങ്ങും പായുന്ന തീവണ്ടികൾ. പ്ലാറ്റ്ഫോമിൽ ഒരു യാത്രപറയലിൻെറ സീനുകളാണ്. ഇറുകിയ ജീൻസും ഒട്ടിക്കിടക്കുന്ന സ്ലീവ്‌ലെസ് ബനിയനുമിട്ടപെൺകുട്ടി പലരെയും കെട്ടിപ്പിടിച്ച് കരയുന്നു. തീവണ്ടി ചലിക്കുമ്പോൾ പെൺകുട്ടി വണ്ടിയിലേക്ക് ഓടിക്കയറി.പ്ലാറ്റ്ഫോമിൽ തൂണുംചാരി കൈവെള്ളകൾ കൂട്ടിത്തിരുമ്മി ചുണ്ടുകടിച്ച് വിതുമ്പലതൊതുക്കി ഒരു മീശയില്ലാ യുവാവ്. എപ്പിസോഡ് അവസാനിക്കുകയാണ്. വേഷമിട്ടവരുടെയും അണിയറക്കാരുടെയുമെല്ലാം പേര് സ്ക്രീനിൽ തെളിയുന്നു. ടി വി ഓഫാക്കി കിടപ്പു

മുറിയിലെത്തി. അമ്മയുടെ ഇരുവശവും ഒട്ടിച്ചേർന്ന് കിടക്കുകയാണ് എന്റെ സുന്ദരിക്കുട്ടികൾ. ബിപിക്കുള്ള ഗുളികയും വായ്ക്കുള്ളിലിട്ട് കിടക്കയിലേക്ക് വീഴുമ്പോൾ അവൾ ചോദിച്ചു, 'ഇന്നും തീവണ്ടിയും റെയിൽവേ സ്റ്റേഷനുമൊക്കെ കണ്ടുവല്ലേ..' തുളുമ്പിനിന്ന കണ്ണുകൾക്ക് നിയന്ത്രണം വിട്ടു. ഇടതുകൈ നെറ്റിക്കുമീതെ കണ്ണുകളെ അമർത്തിയടച്ച് ഒന്നും മിണ്ടാതെ കിടന്നു. നെഞ്ചിലൂടെ ഒരു തീവണ്ടി ചൂളംവിളിച്ചോടുന്നു.

പ്ലാറ്റ്ഫോമിൽ വെറുതെയിരിക്കുകയാണ്. ഈ തെക്കേയിന്ത്യൻ ഗ്രാമത്തിൽ അവധിദിവസം തള്ളിനീക്കുക വലിയ പ്രയാസമാണ്. മനസു തണുപ്പിച്ച സൂര്യകാന്തിപ്പൂവുകളെ എന്നും കണ്ടിട്ടോയെന്തോ–ഇപ്പോൾ ഒരുതരം നിറമില്ലായ്മയാണ്. കടുകുപൂത്ത പാടവരമ്പിൽ തുള്ളിപ്പറക്കുന്ന തുമ്പികളുടെ ഘോഷയാത്രക്കിടയിലൂടെ നടക്കുക ആദ്യമൊക്കെ ഹരമായിരുന്നു. ഇപ്പോൾ അതിനും രസംപോര.

ഈ പ്ലാറ്റ്ഫോമിനടുത്തെ കിണറ്റുപടിയിൽ ഇരിക്കുമ്പോൾ പലപ്പോഴും ഓർക്കാറുള്ളത് അവിടേയ്ക്കുള്ള എത്തിപ്പെടലിനെക്കുറിച്ചാണ്. ഇരുപ്പിലെ ഞരക്കങ്ങളിൽ കിണറ്റുപടിയിലെ ചെറിയ കല്ലുകൾ വെള്ളത്തിലേക്ക് വീണു. ആഴത്തിലേക്കുള്ള വീഴ്ച. ശബ്ദത്തിന് നേർത്ത മുഴക്കമുണ്ട്. ഉമ്പായിയുടെ ഗസൽ അവസാനിക്കുംപോലെ.

നെഞ്ചിലൂടെ ചൂളംവിളിച്ചോടിയ തീവണ്ടി ഏതോ സ്റ്റേഷനിൽനിന്നു. "കൃഷ്ണരാജനഗർ" കന്നടയിൽ തപ്പിയൊപ്പിച്ച് വായിച്ചെടുത്തു. കുടി

വെള്ള വിൽപ്പനയ്ക്കെത്തിയ കുറുകിയ മനുഷ്യൻ തീവണ്ടിയിലെ കമ്പിയിൽ കൈവെച്ച് കിതയ്ക്കുന്നു. ഇത്തരമൊരു കിതപ്പ് ഇതിനുമുമ്പ് ഒരിക്കൽമാത്രമേ കണ്ടിട്ടുള്ളു. പത്തുദിവസത്തെ ആശുപത്രിവാസം കഴിഞ്ഞ് അച്ഛൻ തിരിച്ചെത്തിയ രാത്രി. ശ്വാസമെടുക്കാനുള്ള അവസാനശ്രമത്തിൽ അച്ഛൻ തോറ്റുവീണപ്പോഴുള്ള കിതപ്പ്. ഹൃദയസ്തംഭനമായിരുന്നു.

മയങ്ങിവീഴുന്നതിനിടെ ചോദിച്ചു: “എന്താ പേര്?” പോക്കറ്റിൽ നെഞ്ചിനോട് ചേർത്ത് കുത്തിയിരുന്ന ഐഡന്റിറ്റി കാർഡ് ആ കുറിയ മനുഷ്യൻ ചൂണ്ടുവിരലുകൊണ്ട് ഉയർത്തിക്കാട്ടി. തീവണ്ടി ചൂളംവിളിക്കുന്നു. ആലോചിക്കാൻ സമയമില്ല. ആകെ കയ്യിലുള്ളത് ചെറിയൊരു തോൾസഞ്ചിയാണ്. വലിച്ചെടുത്ത് തോളിലേക്കിട്ട് പുറത്തുചാടി. അയാളെ താങ്ങിനിന്ന് നാലുപാടും നോക്കുമ്പോൾ തീവണ്ടിക്കുമുന്നിൽ പച്ചവെളിച്ചം.

പോർട്ടർമാരുടെ സഹായമുണ്ടായി. തൊട്ടടുത്തുതന്നെയാണ് ആശുപത്രി. വാച്ചിലേക്കുനോക്കി. ഇന്റൻസീവ് കെയറിൽ നാരായണപൈയെ കയറ്റിയിട്ട് ഇരുപത്തിനാല് മണിക്കൂർ കഴിഞ്ഞു. എന്റെ ഹൃദയമിടിപ്പ് ക്ലോക്കിന്റെ താളത്തിനൊപ്പം നീങ്ങുകയാണ്.

ഏതോ നേർത്ത വിരലുകൾ എന്റെ കൈകളിലൂടെ ഊർന്ന് നടക്കുന്നു. കണ്ണുതുറന്നു. ഏതാണ്ട് മൂന്ന് വയസ്സുവരുന്ന ഒരു പാവാടക്കാരി. ആശുപത്രിക്കുള്ളിലും ഭിക്ഷയോ എന്ന് മനസ്സിൽ തോന്നാതിരുന്നില്ല. പോർട്ടർ രാജശേഖരനാണ് പറഞ്ഞത് ഈ കുട്ടി നാരായണപൈയുടെ മകളാണെന്ന്. കാൻസർ പിടിപെട്ട് മരണത്തോടൊപ്പം പോകുംമുമ്പ് അയാളുടെ ഭാര്യ അയാൾക്ക് സമ്മാനിച്ചുപോയ മകൾ. മൂന്നുവർഷമായി

അവളുടെ അമ്മയും അച്ഛനുമെല്ലാം നാരായണപൈയാണ്. ഓർമ്മയുറയ്ക്കാത്ത കുഞ്ഞിനെ അരികിലേക്ക് അടുപ്പിച്ചിരുത്തി. എണ്ണമയമില്ലാതെ പറക്കുന്ന ഇളംമുടിയിൽ മുഖം അമർത്തി ചുംബിച്ചു. പിന്നെയെപ്പോഴോ അവളെന്റെ മടിയിൽ കിടന്ന് ഉറങ്ങി.

നഴ്സ് തട്ടിവിളിച്ചു. കൂടുതൽ സമയം ഇവിടെ കിടത്താനാകില്ല. ബിൽ ക്ലിയർചെയ്താൽ ബോഡി കൊണ്ടുപോകാം. ആകാശം വിരൽ തൊട്ടാൽ അടുത്തുനിൽക്കുന്നു. ഭൂമി എത്രയോ താഴേക്ക് പോയതുപോലെ. അവളെയും തോളിലിട്ട് പുറത്തേക്കിറങ്ങുമ്പോൾ ഒരുതരം മരവിപ്പായിരുന്നു. എന്തുചെയ്യും?

ശവസംസ്കാരച്ചടങ്ങുകൾ കഴിഞ്ഞ് എല്ലാരും യാത്രയാകുന്നു. ഇപ്പോഴും അവളുറക്കമാണ്. ഭിത്തിയിൽ തൂക്കിയിരുന്ന കലണ്ടർ എന്റെ സിഗററ്റ് പുകയേറ്റ് കൂടുതൽ കൂടുതൽ കറുത്തു. രാത്രി കമ്പിളിപ്പുതപ്പിൽ പുതച്ചുകിടന്ന അവളെയും തോളിലിട്ട് ആ റെയിൽവെ സ്റ്റേഷനിലെ ആ കിണറ്റുപടിയിൽ ഇരിക്കുമ്പോൾ വീണ്ടും ആ തീവണ്ടി കുതിച്ചെത്തി. തിടുക്കത്തിൽ കയറിപ്പറ്റി. രാത്രിക്കുവഴിമാറി വെളിച്ചമെത്തുമ്പോൾ പ്ലാറ്റ്ഫോമിൽ ആരൊക്കെയോ മലയാളം സംസാരിക്കുന്നു.

മൂന്നുവയസുകാരിയുടെ കൈപിടിച്ച് വീട്ടിലേക്ക് കയറുമ്പോൾ ഭാര്യ അമ്പരക്കാതിരുന്നില്ല. അവളോട് മാത്രം എല്ലാം പറഞ്ഞു. മറ്റാരെയും ബോധ്യപ്പെടുത്തേണ്ട കാര്യമെനിക്കില്ലല്ലോ. നമുക്കിവളെയും വളർത്താം.രണ്ടാമതൊരു കുഞ്ഞ് വേണ്ടെന്ന നമ്മുടെ തീരുമാനം മാറ്റാം.

ഇന്നലെ വഴിവക്കിൽനിന്ന് വാങ്ങിക്കൊടുത്ത കൊച്ചുപാവയും നെഞ്ചോടുചേർത്ത് അവളുറങ്ങുകയാണ്. മനസിൽ തീവണ്ടിയെത്തുന്ന രാത്രികളിലെല്ലാം ഉറക്കംകെടുത്തി നാരായണ പൈ വരും, എൻെറ കിടപ്പുമുറിയുടെ ജനാലയ്ക്ക് പുറത്ത്' കുനിഞ്ഞുനിന്ന് കിതയ്ക്കും. 'സാറേ എൻെറ മോളെ പൊന്നുപോലെ നോക്കണേ'യെന്ന് പറയാൻ. ഇതുകേൾക്കുമ്പോൾ അതുവരെയുണ്ടായിരുന്ന നിയന്ത്രണമെല്ലാം കൈവിടും. ബി പി ഇരച്ചെത്തി ദേഷ്യമായി തലയുടെ പിൻവശത്തെ പിടികൂടും. 'അതെങ്ങനെ ഇവൾ നിങ്ങളുടെ മകളാകും.ഇത് എൻെറയും എൻെറ ഭാര്യയുടെയും...'. എന്നെ പൂർത്തിയാക്കാൻ അയാൾ സമ്മതിക്കില്ല. പിന്നെ വഴക്കാണ്. അവസാനം അയാൾ പറയും, 'എങ്കിൽ എനിക്കെൻെറ മോളെ വിട്ടുതരൂ...'സങ്കടവും ദേഷ്യവും സഭ്യവും അസഭ്യവുമായി വിളിച്ചുകൂവി പൈയെ ഓടിക്കുമ്പോൾ തളർന്നിരിക്കും. ഉറങ്ങാനുള്ള ഗുളിക വായ്ക്കുള്ളിൽ തിരുകി കിടക്കയിലേക്ക് തള്ളുമ്പോൾ ഭാര്യക്ക് മനോരോഗാശുപത്രിയിലെ നഴ്സിൻെറ മുഖം. എന്നാലും ഈറൻതുണി എൻെറ നെറ്റിയിലിട്ട് ഉണങ്ങുമ്പോൾ കണ്ണീരുകൊണ്ട് വീണ്ടും ഈറനാക്കി പുലരും വരെ അവൾ കിടക്കയ്ക്ക് അരികിലുണ്ടാവും.

എന്റെ നെഞ്ചിലൂടെ ഈ തീവണ്ടി കൂകിവിളിച്ച് ഓടാൻ തുടങ്ങിയിട്ട് കാലമേറെയാകുന്നു. ഇടത്തേ നെഞ്ചിലെ ഇരുട്ടിന്റെ തുരങ്കം കടന്ന് തീവണ്ടി പായുന്നു. ഇടനെഞ്ചിനും തീവണ്ടിക്കും ഒരേ താളം. ഇത് ഏതെങ്കിലും പ്ലാറ്റ്ഫോമിൽ ഒന്നുനിന്നെങ്കിൽ.

9

ഷേക്സ്പിയറും വനിതാകമീഷനും

നല്ല ഉറക്കത്തിൽനിന്ന് വിളിച്ചുണർത്തുന്നത് മോശമാണ് കേട്ടോ. നിങ്ങൾക്ക് എന്തെങ്കിലും പറയാനുണ്ടെങ്കിൽ പറയൂ. അല്ലെങ്കിൽ ഞാനൊന്നുറങ്ങിക്കോട്ടെ. വൈകിട്ട് ഓഫീസിൽ വരൂ. അവിടെ കാണാം. സംഗതി ഏതെങ്കിലും റെസിഡൻറ്സ് അസോസിയേഷൻ ഭാരവാഹിയാകും. ജോർജ് ബുഷിൻെറ രാജിയാവശ്യപ്പെട്ട് അവർ നൽകിയ വാർത്ത പത്രത്തിൽ വന്നിട്ടുണ്ടാവില്ല. ഇങ്ങനെയൊക്കെ ആകാമോ. ഒരു പരിചയവുമില്ലാത്ത ഒരാൾ വന്ന് തട്ടിയുണർത്തുന്നു. ഇപ്പോൾനേരം രാവിലെ പത്തുമണിയായെങ്കിലും വന്നു കിടന്നത് വെളുപ്പിന് ആറുമണിക്കാണ്. സത്യത്തിൽ എനിക്ക് കാര്യമായ ദേഷ്യം വന്നു.

കണ്ണുതുറക്കാതെ ഞാനിത്രയൊക്കെ പറഞ്ഞിട്ടും അയാൾ പോകുന്ന ലക്ഷണമില്ല. അവൾ ഓഫീസിൽ പോകുംമുമ്പ് ഞാൻ പറഞ്ഞതാണ്. മുൻവശത്തെ കതക് പുറത്തുനിന്ന് പൂട്ടി താക്കോൽ ജനാലയിലൂടെ ഉള്ളിലേക്കിടാൻ. അവളത് ശ്രദ്ധിച്ച ലക്ഷണമില്ല. അതിനൊക്കെ അവൾക്കെവിടെ നേരം. ഭക്ഷണമെന്നുപറഞ്ഞ് എന്തെങ്കിലും കാട്ടിക്കൂട്ടിവെച്ച് രാവിലെ ഓഫീസിലേക്ക് ഇറങ്ങിയാൽ മതിയല്ലോ. കഴുത.

കട്ടിലിൽ ചുവരിനോട് ചേർന്ന് ചരിഞ്ഞുകിടക്കാൻ തുടങ്ങുമ്പോൾ അയാളിതാ എൻെറ ചുമലിൽ തട്ടി പറയുന്നു, 'സുഹൃത്തേ നിങ്ങളൊന്ന് കണ്ണുതുറക്കൂ. ഞാൻ പറയുന്നത് ഒന്നു കേൾക്കൂ. ഞാൻ അവോണിൽനിന്ന് വരുന്നു'

ഉറക്കത്തിൻെറ പരമാനന്ദ സുഖത്തിലും ചിരിക്കാനാണ് തോന്നിയത്. താനാരാ അവോണിൽനിന്നു വരാൻ. വില്യം ഷേക്സ്പിയറോ. അയാൾ നിർത്തുന്നില്ല,

'സുഹൃത്തേ നിങ്ങളൊന്നുണരൂ. എന്നോടൊന്ന് സംസാരിക്കൂ.

ഞാൻ അവോണിൽ നിന്ന് എത്തിയിട്ട് മണിക്കൂറുകളാവുന്നു. നിങ്ങളുടെ വീട് തെരഞ്ഞ് എന്റെ കുതിരയുടെ കുളമ്പുകൾ ഒരുപാട് തേഞ്ഞു. പ്ലീസ് എനിക്ക് വൈകിട്ടോടെ മടങ്ങണം.'

എന്തായാലും എഴുന്നേറ്റേ പറ്റൂ. അരക്കണ്ണിൽ പരിസരമാകെ വീക്ഷിച്ചു. എന്റെ സ്വന്തം കിടപ്പുമുറിയിൽ തന്നെയാണ് ഞാൻ. പക്ഷെ മുറിക്കുള്ളിൽ വെളിച്ചത്തിനും ഗന്ധത്തിനുമെല്ലാം ഒരു അസ്വാഭാവിക മാറ്റം. കണ്ണുരണ്ടും വലിച്ചുതുറന്ന ഞാൻ ചാടിയെണീറ്റ് കിടക്കയിലിരുന്നു. ഇതാ എന്റെ അരികിൽ ഒരു പൊടിമീശക്കാരൻ. പക്ഷെ മീശയുടെ ഒരറ്റം മുകളിലേക്ക് വളഞ്ഞിട്ടുണ്ട്, പഴയ നാട്ടുപ്രമാണിമാരുടേത് പോലെ. തലയുടെ മുൻഭാഗം ഏതാണ്ട് അപഹരിച്ച നെറ്റി. കഴുത്തിനെ മറച്ച് കീഴ്ത്താടിയോട് ചേർന്ന് കോട്ടിന്റെ പുറംകോളർ. നീണ്ട മുടിയിഴകൾ അലക്ഷ്യമായി പിന്നിലേക്ക് വളർന്നുകിടക്കുന്നു. കോട്ടിൽ പലേടെത്തും നക്ഷത്രങ്ങൾ തിളങ്ങുന്നു. ഒരാവൃത്തികൂടി ഞാൻ നോക്കി. ഷേക്സ്പിയർ, വില്യം ഷേക്സ്പിയർ. ഞാൻ ചാടിയെണീറ്റു. സ്വപ്നമോ–സത്യമോ–

അദ്ദേഹം പറഞ്ഞു. ഭയക്കേണ്ട. ഞാൻ അവോണിൽനിന്ന് വരുന്നു. ഷേക്സ്പിയർ വില്യം.

ഇരുകൈകളും കൂട്ടിത്തിരുമി തൊഴുകയ്യാക്കി കട്ടിലിനരികിൽ ഞാൻ നിന്നു. ഇതാ എന്റെ ഇടതു ഷോൾഡറിൽ അദ്ദേഹം ഇടംകൈ വെച്ച് എന്നെ നെഞ്ചോട് ചേർത്തുനിർത്തി.

എന്തുപറയാൻ, എങ്ങനെ ഉപചരിക്കാൻ. ദൈവമേ ഇത് സത്യമാകണേ.. ഞാൻ എന്താണ് അങ്ങയെ വിളിക്കേണ്ടത്.

ഷേക്സ്പിയർ പറഞ്ഞു, 'മണ്ടാ– മണ്ടായെന്നു വിളിക്കുന്നതിൽ മറ്റൊന്നും തോന്നരുത് കാരണം നിങ്ങൾ പത്രക്കാർ എല്ലാം തികഞ്ഞ മണ്ടന്മാരാണല്ലോ..

എന്നെയാണോ നീ ദൈവമേയെന്ന് വിളിച്ചത്. ഞാൻ ഷേക്സ്പിയറാടാ..വെറും നാടകക്കാരൻ. കർട്ടൻ വലിച്ചും ചുരുട്ടിക്കെട്ടിയും ഗസ്റ്റ് റോളിൽ തിളങ്ങിയും പകരക്കാരനായും നാടകമെഴുതിയും സംവിധായകനായുമൊക്കെ ജീവിച്ച പാവം നാടകക്കാരൻ. അന്ന് ഇന്നത്തെപ്പോലെ അക്കാദമികൾ ഒന്നുമില്ലാത്തതിനാൽ അവാർഡുകളൊന്നും സംഘടിപ്പിക്കാൻ പറ്റാതെപോയ ഒരു അവശ കലാകാരൻ.

പ്രഭോ ഞാൻ എന്താണ് ചെയ്യേണ്ടത്. അങ്ങ് എന്തിനാണ് വന്നത്. തട്ടിക്കൂട്ടിയ ഇംഗ്ലീഷിൽ ഇത്രയുമൊക്കെ ഉന്നയിക്കുമ്പോൾ അദ്ദേഹം പൊട്ടിച്ചിരിച്ചു. ഛെ.. ഇത് എന്ത് ഇംഗ്ലീഷാ നീ പണ്ട് ഇംഗ്ലീഷ് സാഹിത്യമൊക്കെ പഠിച്ചിരുന്നുവെന്ന് പറയുന്നതുതന്നെ നാണക്കേട്.

പിന്നെയെന്റെ സംസാരം മലയാളത്തിലാക്കി. കേട്ടാൽ ചിരിവരുന്ന എന്റെ തിരുവന്തോരം മലയാളത്തിൽ.

ഷേകസ്പിയർ ഇതെല്ലാം മനസിലാക്കുന്നുണ്ട്. എന്റെ വാക്കുകളുടെ രസം പിടികിട്ടിയിട്ടാവണം പൊട്ടിച്ചിരിക്കുന്നു. ഇടയ്ക്കിടെ ഞാൻ

ശ്രദ്ധിക്കുന്നില്ലെന്ന് തോന്നുമ്പോഴാവണം ശബ്ദം താഴ്ത്തി പറയുന്നുമുണ്ട്, വോ...തന്നെ..തന്നെ..

ഞാൻ വീണ്ടും ചോദിച്ചു, അങ്ങെന്തിനാണ് വന്നത്?

എടാ നിന്നെക്കുറിച്ച് എനിക്കൊരു പരാതി കിട്ടി. അതും ആ പെണ്ണില്ലേ ലിയർ രാജാവിൻെറ മകൾ, ഗോൺെറിൽ, അവളാ പരാതിക്കാരി. നീ അവളെക്കുറിച്ച് എന്താ പറഞ്ഞത്. 'ഡയബോളിക്കൽ മൊണാസ്ട്രസി' യെന്നോ. ഇങ്ങനെയൊക്കെ പറയാമോ. അതും ഈ വനിതാ വിമോചനക്കാരുടെ കാലത്ത്. എൻെറ കോർഡീലിയയുടെ പ്രിയപെങ്ങളെക്കുറിച്ച് പറഞ്ഞത് ഒട്ടും ശരിയായില്ല. അവൾ വലിയ വാശിയിലാണ്. വനിതാ കമിഷന് പരാതി നൽകുമെന്നൊക്കെ പറഞ്ഞ് ഇന്നലെ അവൾ മൂന്നുനാലുവട്ടം എൻറടുത്ത് വന്നു. നിൻെറ കണ്ണിലെന്താ അവൾ ചെയ്ത കുറ്റം. ഗ്ലൗസസ്റ്ററുടെ മകൻ എഡ്മണ്ടിനോട് പ്രേമാഭ്യർഥന നടത്തിയതോ. അതോ അവളുടെ ഭർത്താവിനെ തട്ടിക്കളയാൻ ആവശ്യപ്പെട്ട് കാമുകനായ എഡ്മണ്ടിന് കത്തെഴുതിയതോ. എഡ്മണ്ട് അവളുടെ അനുജത്തി റീഗനെ തട്ടിയെടുക്കുമെന്ന് ഭയന്ന് അവൾക്ക് വിഷം കൊടുത്തതോ? എടാ ഇതൊന്നും പുതിയ കാര്യമല്ലല്ലോ. ഇപ്പോൾ ഇത് നാട്ടുനടപ്പല്ലേ. എന്തായാലും മോനേ നീയൊരു മാപ്പുപറഞ്ഞ് സംഗതി തീർക്ക്. അല്ലെങ്കിൽ ചില പത്രക്കാര് ചെയ്യുമ്പോലെ എന്തും എഴുതിയിട്ട് നിർവ്യാജം ഖേദിക്ക്.

മറുപടിയൊന്നും പറയാതെ തറയിലേക്ക് നോക്കി ഞാൻ നിന്നു. സംഗതി സത്യമാണ്. ഞാനിതൊക്കെ അവരെക്കുറിച്ച് പറഞ്ഞു. നിഷേധിച്ചിട്ട് കാര്യമില്ലല്ലോ.

ഷേക്സ്പിയർ വിടുന്ന ലക്ഷണമില്ല, 'എൻെറ പ്രായവും നൂറ്റാണ്ടുകളുടെ അനുഭവപാഠവുംകൊണ്ട് പറയുകയാണ്. ആവശ്യമില്ലാത്ത വാശി വേണ്ട. നീയൊന്ന് സറണ്ടർ ചെയ്യ്.'

എന്നിട്ടും ഞാനൊന്നും മിണ്ടിയില്ല. കാരണം നാവു പൊന്തുന്നില്ല. എനിക്കുമുന്നിൽ തീക്ഷ്ണമായ ചിരിതൂകി നിൽക്കുന്നത് സാക്ഷാൽ ഷേക്സ്പിയറല്ലേ. ഞാനെന്ത് പറയാൻ.

അദ്ദേഹമിതാ തിരികെ നടക്കുന്നു.

ഒരു ചായയെങ്കിലും കുടിക്കാതെ അങ്ങ് പോവുകയാണോ. മറുപടിയൊന്നും കേട്ടില്ല. കുതിരക്കുളമ്പടി അകലേക്ക് മാഞ്ഞു.

10

സാക്ഷിപ്പടി

കൈ വിറയ്ക്കാനോ? എനിക്കോ? പോടാ...എത്രകാലമായെന്നറിയുമോ ഇത് തുടങ്ങീട്ട്? പുതുതായി വന്ന ചെറുപ്പക്കാരൻ സബ് രജിസ്ട്രാർ കണ്ണടയ്ക്കുമീതെക്കൂടി സംശയദൃഷ്ടി പായിക്കുമ്പോൾ മനസിൽ തോന്നി. കറങ്ങുന്ന കസേരയും മുന്നിൽ കമ്പ്യൂട്ടറുമൊക്കെയുണ്ടെങ്കിലും ഇവന് എൻെറ മൂത്ത മകൻെറ പ്രായം വരുമോ? ഇവിടെ സാക്ഷിയൊപ്പിടാൻ തുടങ്ങിയിട്ട് വർഷം അമ്പതാവുന്നു. ഈ ഓഫീസ് എത്രയോ വാടകക്കെട്ടിടങ്ങളിൽ മാറിമാറിപ്പോയി, എത്രയോ സബ് രജിസ്ട്രാറന്മാർ വന്നുപോയി. മറ്റെന്തെല്ലാം മാറി, എന്നിട്ടും മാറാത്തത് ഞാൻ മാത്രം. പൊന്നുതമ്പുരാൻെറ മുദ്രയുള്ള ആധാരങ്ങളിൽ ഇപ്പോഴും തെളിഞ്ഞുനിൽക്കുന്ന കയ്യൊപ്പിൻെറ ഉടമയല്ലേ ഞാൻ. രജിസ്ട്രാർ ഓഫീസുകളിലേക്ക് അന്ന് പാർവത്യാന്മാർ കൊണ്ടുവരുന്ന കറുത്ത മഷിയുടെ മണം ഇപ്പോഴും മൂക്കിൽനിന്ന് മാറുന്നില്ല. ഒപ്പിട്ട് ഒരാഴ്ച കഴിയുമ്പോൾ ഇളം ചുവപ്പുകലർന്ന കറുപ്പിലേക്ക് മാറുന്ന മഷി. കുറേനാളുകൂടി കഴിയുമ്പോൾ ഒപ്പുചാർത്തിയ ഇടം മാത്രം തൊട്ടാൽ പൊളിയുന്ന പരുവത്തിൽ.

കൃഷ്ണപിള്ളയുടെ മനസ്സ് നിർത്താതെ പായുകയാണ്. ഒരു ഒപ്പിട്ടാൽ ഇപ്പോൾ നൂറുരൂപ കിട്ടും. പണ്ടൊക്കെ ചക്രക്കണക്കായിരുന്നു പ്രതിഫലം. പൊന്നുതമ്പുരാൻെറ തല പതിഞ്ഞ ചക്രങ്ങൾ എണ്ണിവാങ്ങുമ്പോൾ എന്തൊരു സുഖമായിരുന്നു. രജിസ്ട്രാർ ഓഫീസിൻെറ പിന്നിൽ ഏലാത്തലയ്ക്കൽ കുട്ടൻപിള്ളയുടെ ഒരുഗ്ലാസിന് അന്ന് കാശുവിലമാത്രം. ചെറുതും വലുതും വാഴകൾ കാററിലാടി വീശുന്ന ഏലാത്തലയ്ക്കൽ. പണകൂടിനിൽക്കുന്ന വാഴകൾക്കിടയിലെ കരീലക്കൂട്ടം മാടിമാററി കുട്ടൻപിള്ള പുറത്തെടുക്കുന്ന കറുവാക്കുപ്പി. ഇടയ്ക്കിടെ മാനത്തുകണ്ണികളുടെ ജഡം കുപ്പിക്കഴുത്തിൽ കാണുമെങ്കിലും ആരും അത്

കാര്യമാക്കാറില്ല.

കൃഷ്പിള്ളയുടെ സ്വപ്നങ്ങൾക്കും കൃഷ്പിള്ളയുടെയത്ര പ്രായമുണ്ട്. അന്ന് ഇരുപത് വയസായിട്ടില്ല. രജിസ്ട്രാർ ഓഫീസിലേക്ക് ആധാരമെഴുത്തുകാരനായ ഗണേശപിള്ളയാണ് വിളിച്ചുകൊണ്ടുപോയത്. ഗണേശപിള്ളയുടെ എഴുത്തോഫീസിൽ ചായയും അയാൾ വല്ലപ്പോഴും വലിക്കുന്ന ഫ്ളെയർ സിഗററും വാങ്ങിക്കൊടുക്കലായിരുന്നു പണി. എന്ന് ഇരുപത്തൊന്ന് വയസറിയിച്ചോ അന്നുമുതൽ സാക്ഷിപ്പടിക്കാരനായി. ഉച്ചഭക്ഷണം വാങ്ങിക്കഴിക്കാം, പിന്നെയുള്ളത് ഗണേശപിള്ള വൈകിട്ട് ഓഫീസ് പൂട്ടിയിറങ്ങുമ്പോൾ പോക്കററിൽ തിരുകുന്ന ഒന്നോ രണ്ടോ ചക്രവും. കാലൻകുട വീശി നടന്നുപോവുന്ന ഗണേശപിള്ളയുടെ പിന്നാലെ നിശ്ശബ്ദം വീട്ടിലേക്ക്.

രജിസ്ട്രാർ ഓഫീസിലെ ഒടുക്കുദിവസമാണ് വെള്ളിയാഴ്ച. എല്ലാ വെള്ളിയാഴ്ചയും ഉച്ചക്കുശേഷം ഗണേശപിള്ള മുങ്ങും. ഒരുനാൾ കൃഷ്ണപിള്ള പിടികൂടി. ഗണേശപിള്ളയുടെ ഉച്ചമുങ്ങൽ തൻെറ വീട്ടിലേക്കാണ്. ജനാലപ്പാളി ശബ്ദമുണ്ടാക്കാതെ തുറന്നുനോക്കുമ്പോൾ അക്കൻ ബ്ലൗസിൻെറ ഹുക്കിടുകയായിരുന്നു. തൊട്ടടുത്ത് ചാരുബഞ്ചിൽ ഗണേശപിള്ള ഷർട്ടെല്ലാമഴിച്ച്.

അടുത്ത പ്രവൃത്തിദിവസം മുതൽ ഗണേശപിള്ളയോട് ഒരു പ്രത്യേക അടുപ്പം. അത് അയാൾക്കും പിടികിട്ടി. പിന്നെ എല്ലാ വെള്ളിയാഴ്ചയും ഉച്ചകഴിഞ്ഞ് ഗണേശപിള്ള ഇറങ്ങുമ്പോൾ രണ്ട് ചക്രം കൃഷ്ണപിള്ളയുടെ കൈയിൽ വെച്ചുകൊടുത്തു. എഴുത്തോഫീസിൽ ആധാരക്കാരുടെ തിരക്കോട് തിരക്ക്. എങ്കിലും എല്ലാ വെള്ളിയാഴ്ചയും ഗണേശപിള്ള അക്കനെ കാണാൻ പോയി. പിന്നെയുള്ള ദിവസങ്ങളിൽ ഗണേശപിള്ള വാങ്ങിനൽകുന്ന പൗഡറും സോപ്പുമെല്ലാം കൃഷ്ണപിള്ളതന്നെ വീട്ടിലെത്തിച്ചു. അക്കന് പെരുത്തു സന്തോഷം. കണ്ണെഴുതി പൊട്ടുതൊട്ട് പൗഡറിട്ട് പനീർചെമ്പകപ്പൂവും ചൂടി അക്കൻ വൈകിട്ട് മുറ്റത്ത് ഉലാത്തുമ്പോൾ അങ്ങേലെ ചില സുന്ദരിമാർക്ക് സഹിക്കൂല. ഉറങ്ങാൻ കിടക്കും മുമ്പ് വറ്റൽമുളകും കടുകുമെല്ലാം തലയ്ക്കുഴിഞ്ഞ് അടുപ്പിലേക്കിടുമ്പോഴാണ് സമാധാനമാകുന്നത്. മൂധേവിക്കുഴിഞ്ഞാൽ കുറേനാളത്തേക്ക് കണ്ണുതട്ടില്ലല്ലോ.

ഓഫീസ് വരാന്തയിലെ വാസംവിട്ട് ഒരുനാൾ കൃഷ്പിള്ളക്ക് ഓഫീസിനുള്ളിൽ ഒരു കസേരയും മേശയും ലഭിച്ചു. അന്നുമുതൽ പ്യൂൺ കൃഷ്ണപിള്ള സാക്ഷിപ്പടി കൃഷ്ണപിള്ളയായി. പിന്നെ വിവാഹം, മകൾ, കുടുംബം...അങ്ങനെ പലതും.

കറങ്ങുന്ന കസേരയിലിരുന്ന് കാററിനൊപ്പം കറങ്ങുന്ന ഈ പൈതലാനുണ്ടോ അറിയുന്നു കൃഷ്ണപിള്ളയുടെ എക്സ്പീരിയൻസ്. ഇതിനേക്കാൾ വീരത്തം കാണിച്ച ഒരു രജിസ്ട്രാർ തൻെറ മുന്നിലിരുന്ന് പൊട്ടിക്കരഞ്ഞ രംഗം ഇപ്പോഴും ഓർമ്മയിലുണ്ട്. ഇല്ലാത്ത ഭൂമി രജിസ്ററർ ചെയ്ത് പോക്കുവരവിനയച്ചു. അന്ന് ഇന്നത്തെപ്പോലെ രക്ഷിക്കാൻ

രാഷ്ട്രീയക്കാരൊന്നുമില്ലല്ലോ. സസ്പെൻഷൻ ഉത്തരവുമായി മേലുദ്യോഗസ്ഥൻ വന്നുനിൽക്കുന്നു. സബ് രജിസ്ട്രാർ നിന്നു വിയർക്കുകയാണ്. പെട്ടെന്നാണ് കൃഷ്ണപിള്ള മുറിക്കുള്ളിലേക്ക് ചെന്നത്, 'പണ്ടാരം വക ഭൂമിക്ക് എന്നും ഒരേ തണ്ടപ്പേരാണ്. അത് കൈവശമിരിക്കുന്നവർക്ക് പോക്കുവരവുചെയ്ത് പട്ടയം പിടിക്കാം. പൊന്നുതമ്പുരാൻെറ കാലത്തേയുള്ള ചട്ടം ഇതുവരെ ആരും മാററിയിട്ടില്ല 'കൃഷ്പിള്ളയുടെ റൂളിംഗ്. സസ്പെൻഷൻ ഉത്തരവുമായി നിന്ന മേലുദ്യോഗസ്ഥൻ ഫ്ളാററ്.

അന്ന് ഏലാത്തലയ്ക്കൽ കുട്ടൻപിള്ളയുടെ മാനത്തുകണ്ണികൾ പിടച്ചില്ല. പകരം സ്കോച്ചിൻെറ ആദ്യാനുഭൂതി. അതും സബ് രജിസ്ട്രാർ സ്വന്തം കാശുമുടക്കി വാങ്ങിക്കൊടുത്തത്.

ഉച്ചക്കുതന്നെ പതിച്ചുമാറേറണ്ട ആധാരങ്ങളുമായി ഓഫീസിൻെറ പടി കയറുമ്പോൾ ഒരു മീശ മുളയ്ക്കാത്ത പയ്യൻ അരികിലെത്തി.

'എനിക്കൊന്നു കാണണം '

പയ്യൻ മുഖം വെട്ടിച്ച് ഇത് പറഞ്ഞപ്പോൾ തന്നെ കൃഷ്ണപിള്ളക്ക് കാര്യം പിടികിട്ടി. ഇത് മറേറ കേസാണ്. ഏതോ നല്ലവീട്ടിലെ പെണ്ണി നേം അടിച്ചോണ്ടുള്ള വരവാണ്.

'മോനേ കാശിത്തിരി കൂടും.'

ഓഫീസിൻെറ പിന്നിലേക്ക് മാറിനിന്ന് കൃഷ്ണപിള്ള നോട്ടുകൾ എണ്ണിനോക്കി. മൂവായിരം രൂപയുണ്ട്. ആയിരം രജിസ്ട്രാർക്ക്, ആയിരം രണ്ട് ക്ലാർക്കുമാർക്ക് ബാക്കി ആയിരം തനിക്കുസ്വന്തം.

മുപ്പതുദിവസം മുമ്പ് നോട്ടീസിട്ടതായി കാണിച്ച് രജിസ്ററററിൽ എഴു തിച്ചേർക്കാൻ നിമിഷങ്ങൾപോലും വേണ്ടിവന്നില്ല. ഓഫീസിൽ മാത്രം രണ്ടായിരം രൂപയല്ലേ എറിഞ്ഞത്. ഇനി രജിസ്ട്രാറുടെ സാന്നിദ്ധ്യത്തിൽ പെണ്ണും ചെറുക്കനും ഒപ്പിടുന്ന ജോലി മാത്രമേയുള്ളൂ. അത് ഉച്ചകഴി യും. കൃഷ്ണപിള്ള ഏലാത്തലയ്ക്കൽ കുട്ടൻപിള്ളയെത്തേടിപ്പോയി.

അന്ന് രാത്രിയെത്തിയതും ഇരുട്ടിവെളുത്തതും കൃഷ്ണപിള്ള അറി ഞ്ഞില്ല. സ്വപ്നങ്ങളുടെ ഘോഷയാത്രയായിരുന്നു. ശബ്ദവും നിറങ്ങളു മൊക്കെചേർന്ന്. പിറേറന്ന് രാവിലെ എഴുന്നേൽക്കുമ്പോൾ ഒരു മന്ദത. പതിവു കട്ടൻചായക്കായി അടുക്കളയിലേക്ക് ചെല്ലുമ്പോൾ ഭാര്യ പൊട്ടി ക്കരയുന്നു. ഒരേയൊരു മകൾ .....

കൃഷ്ണപിള്ളയുടെ കണ്ണിലേക്ക് സാക്ഷിയൊപ്പ് കറുപ്പും ചുവപ്പും പിന്നെ കത്തിയാളുന്ന തീയായും പടരുന്നു. അടിവസ്ത്രത്തിൻെറ പോ ക്കററിൽ കയ്യിട്ടു. നാനൂറു രൂപ ബാക്കിയുണ്ട്. അത് ഭാര്യക്കുനേരേ നീട്ടി,

'ഇന്നാ.. അവൾ പോയതിനു തന്ന സാക്ഷിപ്പടിയുടെ ബാക്കി.'

11

ലീക്കോക്ക്

എത്ര മണിക്കായിരുന്നു സംഭവം ?

രാത്രി ഏതാണ്ട് ഒൻപതരയായിക്കാണും. ഞായറാഴ്ചയായതിനാൽ വിളിച്ചുണർത്തേണ്ടെന്ന് വിചാരിച്ചു.

അപ്പോൾ എത്രനേരം വഴിയിൽ തന്നെ നിന്നിട്ടുണ്ടാവും ?

അരമണിക്കൂർ. രാത്രി ഏതെങ്കിലും വീട്ടിൽ മുട്ടിവിളിക്കാമെന്നു വിചാരിച്ചാൽ തെറ്റിദ്ധരിച്ചാലോ. ഒന്നാമത് കാലം വേറെയാണ്. അന്നുരാവിലെ പത്രത്തിലും കണ്ടു മോഷണവാർത്ത, ഒപ്പം പീഡനത്തിൻെറ കഥയും.

അതുവരെ വണ്ടിയിൽതന്നെ ഇരിക്കുകയായിരുന്നോ ?

അതെ.

ഹോ. എന്നാപ്പിന്നെ പറഞ്ഞിട്ട് കാര്യമില്ല. നിങ്ങൾക്കിത്രയും വിവരമില്ലാതെ പോയല്ലോ.

അയാളുടെ ചോദ്യങ്ങൾക്ക് ഞാൻ നൽകിയ ഉത്തരങ്ങൾ അയാളെ അത്രത്തോളം സുഖിപ്പിച്ചിട്ടില്ല. അയാളപ്പോൾ എന്തുചോദിച്ചാലും ഞാൻ മറുപടി പറഞ്ഞേപറ്റൂ. എൻെറ പ്രശ്നം അത്ര ലഘുവല്ലല്ലോ.

'പഞ്ചറായ വണ്ടിയിൽ വീണ്ടും കയറിയിരുന്ന് യാത്ര പാടില്ല.. ട്യൂബിൻെറ നെക്ക് പോവും...അയാൾ ഗൗരവമായി സംസാരിക്കുകയാണ്. 'കുറേനാളായില്ലേ വണ്ടിയോടിച്ച് തുടങ്ങിയിട്ട്..ഇത്രയുമായിട്ടും ഇതൊക്കെ അറിയില്ലെന്നുവെച്ചാൽ..'

പുളിമാങ്ങയിട്ടപോലെ നാവിൻതുമ്പിൽ മറുപടി തികട്ടുകയാണ്. എന്നിട്ടും പരമാവധി നിയന്ത്രിച്ചു. കാരണം ആവശ്യക്കാരൻ ഞാനാണല്ലോ.

തലേന്ന് രാത്രി ഓഫീസിൽനിന്ന് വീട്ടിലേക്ക് വരുംവഴി ബൈക്കിൻെറ പിൻചക്രം പഞ്ചറായി.

സ്വപ്നങ്ങൾ നിറഞ്ഞ എൻെറ മനസ്സും ബൈക്കിൻെറ പിൻചക്രവും എപ്പോഴും ഒരുപോലായിരുന്നു. ഓരോ കുഴിയിലും വീണുകയറി ഉരുളുമ്പോഴും ചക്രത്തിന് കുഴപ്പമൊന്നും വന്നില്ല. നാലക്കശമ്പളക്കാരന് കാണാവുന്ന പരമാവധി സ്വപ്നത്തിൻെറ അളവ് എത്രയാവും. ടയറിൽ കാറ്റുനിറയ്ക്കുന്ന മീറ്ററിലെ സൂചിപോലെയാണ് മനസും. ട്യൂബിന് താങ്ങാവുന്നതിലധികം കാറ്റുനിറഞ്ഞാൽ സൂചി ഒറ്റനിൽപ്പാണ്. അധികമുള്ള കാറ്റ് തുറന്നുവിട്ടാലേ പിന്നെ സൂചി പിന്നിലേക്കുള്ളൂ.

‘ഇപ്പോഴൊന്നും ശരിയാകില്ല. നിങ്ങൾ പോയിട്ട് വാ.. ഞാൻ വിചാരിച്ചു, സൂചിപ്പഞ്ചറാണെന്ന്. അല്ല, ഇതത്ര നിസ്സാരമല്ല. ആണികുത്തിക്കേറിയതാണ്. കുറേ കീറിപ്പോയിട്ടുണ്ട്...

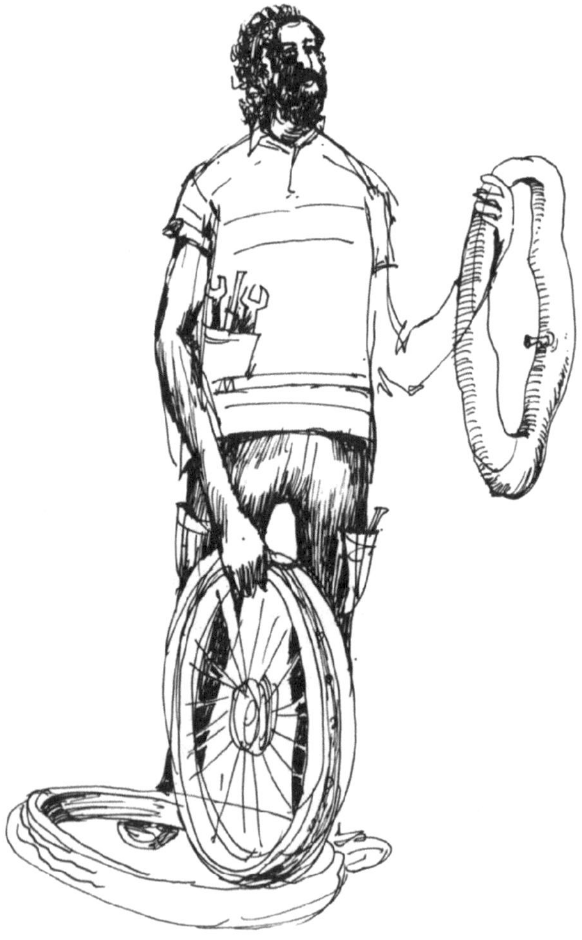

ഒട്ടിച്ചുനോക്കിയിട്ട് പറയാം ശരിപ്പെടുമോയെന്ന്...' അയാൾ നിർത്താതെ എന്തൊക്കെയോ പുലമ്പുന്നുണ്ട്. ഭാര്യയെപ്പോലെയാണ് ഇരുചക്രവാഹനവും. ഒരുപരുവത്തിന് കൊണ്ടുപോയാൽ പ്രശ്നമില്ല. കുഴപ്പം വന്നാലോ അത് പരിഹരിക്കാൻ വല്യ പ്രയാസംതന്നെ. നമ്മുടെ ദൈനംദിന താളമാകെ തെറ്റുകയാണ്. ബസിലും ഒട്ടോയിലുമൊക്കെ വലിഞ്ഞു കയറി ചെല്ലുമ്പോഴേക്ക് സൂപ്രണ്ട് ഹാജർപുസ്തകം മേശവലിക്കുള്ളിലാക്കിയിട്ടുണ്ടാവും.

ഇരുകൈകളും മുകളിലേക്കുയർത്തിനിൽക്കുന്നയാളിന്റെ ചിത്രം പതിപ്പിച്ച സ്റ്റിക്കർ അയാൾ ഇളക്കിമാറ്റി ട്യൂബിനുമീതെ ഒട്ടിച്ചു. 'ഇത് സാദാ ഒട്ടിപ്പിൽ പറ്റില്ല. കത്തികേറുമ്പോലെയല്ലേ ആണികേറിയത്...' ഇളക്കിമാറ്റിയ റബർ സ്റ്റിക്കറിനു പുറത്തെ ചിത്രത്തിലേതുപോലെ നെഞ്ചിലെ മസിലുകൾ വീർപ്പിച്ചു. പിന്നെ എന്നെനോക്കി അയാൾ ചിരിച്ചു. ട്യൂബിൽ വീണ്ടും കാറ്റ് നിറയുകയാണ്. ബൈക്ക് ശരിയാക്കി കിട്ടിയിട്ടു വേണം ഓഫീസിലെത്താൻ. ഇപ്പോൾതന്നെ അരമണിക്കൂർ ലേറ്റാണ്. രഘുവിനോട് ചോദിച്ചുവെച്ചിട്ടുള്ള കാശ്വാങ്ങി ഉച്ചക്ക് 12നുമുമ്പ് ബാങ്കിലടയ്ക്കണം. ഇന്ന് അവസാന ദിവസമാണ്. ഇല്ലെങ്കിൽ ജാമ്യക്കാർക്കൊക്കെ നോട്ടീസയക്കുമെന്ന് മാനേജർ പറഞ്ഞിട്ട് രണ്ടുദിവസമേ ആയിട്ടുള്ളു.

'രക്ഷയില്ല..എത്ര ഒട്ടിച്ചിട്ടും കാറ്റുനിൽക്കുന്നില്ല...' അയാളുടെ

സംസാര രീതിയാകെ മാറുകയാണ്.'ഇത്രയും മെനക്കേടുണ്ടെന്ന് അറിഞ്ഞിരുന്നെങ്കിൽ ഞാൻ തൊടില്ലായിരുന്നു. വണ്ടിയിവിടെ ഇരിക്കട്ടെ. നിങ്ങളൊരു കാര്യംചെയ്യ്. ഒരു പുതിയ ട്യൂബ് വാങ്ങിവാ...'

കെഞ്ചിനോക്കി, എങ്ങനെയെങ്കിലും ഇതൊന്ന് ഒട്ടിച്ചുതന്നുകൂടെ.. എന്റെയും ഭാവം മാറുകയാണെന്ന് തോന്നിയിട്ടാവാം. അയാൾ പറഞ്ഞു, 'ങ്ങാ..നോക്കാം. പിന്നെയെന്നെ കുറ്റംപറയരുത്..' എന്റെ പ്രതികരണത്തിന് കാത്തുനിൽക്കാതെ അയാൾ വീണ്ടും പണിയാരംഭിച്ചു.

മനുഷ്യൻ എത്രയോ നിസ്സാരനാണ്. ഊതിവീർപ്പിച്ച ട്യൂബിനുമീതെയുള്ള സഞ്ചാരം. ഒരു നെടുവീർപ്പിന്റെ ആയുസുമാത്രമാണ് ചക്രങ്ങൾക്ക്. ചോർന്നുപോയാൽ നിലയ്ക്കുന്നത് വെറും യാത്രയല്ല, ജീവിതയാത്രതന്നെ.

ആംഗലസാഹിത്യം പഠിച്ചിരുന്നകാലത്ത് ഒരാളെക്കുറിച്ച് കേട്ടു, സ്റ്റീഫൻ ലീക്കോക്ക്. നാളുകൾക്കുശേഷം പാരലൽകോളേജ് അധ്യാപകനായി വേഷപ്പകർച്ചവന്നപ്പോൾ ലീക്കോക്ക് വീണ്ടും ക്ലാസ്മുറിയിലെത്തി. ഒരു ഫോട്ടോ ഗ്രാഫറുമായി, *വിത് ദ ഫോട്ടോഗ്രാഫർ*. വായിച്ചിട്ടും പഠിപ്പിച്ചിട്ടും ഒരിക്കലും മതിവരാത്ത കഥ. ചിത്രമെടുക്കാൻ ചെല്ലുന്നയാളിനെ വിവിധ പോസുകളിലിരുത്തുന്ന ഫോട്ടോഗ്രാഫർ. തനിക്ക് ഇഷ്ടപ്പെട്ടില്ലെന്നതരത്തിൽ വീണ്ടും പോസുചെയ്യിക്കും. കറുത്ത തുണിയിട്ടു മൂടിയ ക്യാമറയ്ക്കുള്ളിലേക്ക് തലയിട്ട് ചരിഞ്ഞും തിരിഞ്ഞും ഒളിഞ്ഞും നോക്കും. പിന്നെ ക്യാമറയ്ക്ക്മുന്നിലിരിക്കുന്നയാളിന്റെ മുഖത്തെ കുറ്റംപറയും. ഫോട്ടോയ്ക്ക് ചേരുന്നതല്ലെന്ന് പറഞ്ഞ് കയർക്കും. അവസാനം വിവിധ രാസമാറ്റങ്ങൾ നടത്തിയതായി വിവരിച്ച് വിരൂപമായ ചിത്രം നൽകി തൃപ്തിയടയുന്ന ഫോട്ടോഗ്രാഫറുടെ കഥ.

ട്യൂബ് നന്നാക്കുന്നയാളിന്റെ മുഖത്തേക്ക് സൂക്ഷിച്ചുനോക്കി, ബ്രോമൈഡും സയനൈഡും ക്രിയകളിലൂടെ മുന്നിലിരിക്കുന്നയാളിന്റെ മുഖഛായ മാറ്റുന്ന ഫോട്ടോഗ്രാഫറുടെ അതേ ഛായ.

'എങ്ങനെയെങ്കിലും ഒന്ന് ശരിയായിക്കിട്ടിയിരുന്നെങ്കിൽ എനിക്ക് ഓഫീസിൽ പോകാമായിരുന്നൂ....'ടയർമെക്കാനിക്ക് കേട്ടഭാവമില്ല. 'നിങ്ങൾ ധൃതിപിടിച്ചാൽ ഞാനിതൊക്കെ ഇളക്കിത്തരാം. മറ്റെവിടെയെങ്കിലും കൊണ്ടുപോയി പഞ്ചറൊട്ടിച്ച് വരൂ. വണ്ടിയിലിട്ട് ഞാൻ മുറുക്കിത്തരാം...'

വിയർപ്പ് കണ്ണുകളിലൂടെയും പ്രവഹിക്കുകയാണ്. ഞാനയാളോട് ചോദിച്ചു, എന്താ പേര് ?

'സ്റ്റീഫൻ...'

വീണ്ടും ചോദിച്ചു.. എന്താ പേര്...

'സ്റ്റീഫൻ...സ്റ്റീഫൻ ലീക്കോക്ക്....'